Đóng Góp Của Phật Giáo Cho Hòa Bình Thế Giới Và Hòa Hợp Xã Hội

Hòa thượng Tiến sĩ Buddha Priya Mahathero & Ni sư Tiến sĩ T.N. Giới Hương

AF747602

Bảo Anh Lạc Bookshelf 104

Đóng Góp Của Phật Giáo Cho Hòa Bình Thế Giới Và Hòa Hợp Xã Hội

Hội thảo Quốc tế tại Siddharth United Social Welfare Mission, Chinar Park, Kolkata, Ấn Độ, vào ngày 02 tháng 07 năm 2023

Hòa thượng Tiến sĩ Buddha Priya Mahathero
và **Ni sư Tiến sĩ T.N. Giới Hương**
kết tập

Nhà Xuất bản Hồng Đức

Huong Sen Buddhist Temple

19865 Seaton Avenue, Perris, CA 92570, USA

Tel: 951-657-7272, Cell: 951-616- 8620

Email: huongsentemple@gmail.com,

thichnugioihuong@yahoo.com

https://www.facebook.com/Huong.Sen.Riverside/

Web: www.huongsentemple.com

Copyright 2025 by Huong Sen Buddhist Temple in the United States.

MỤC LỤC

LỜI GIỚI THIỆU

Thế giới đang thay đổi ngày càng nhanh chóng. Nhân loại di chuyển và kết nối với nhau nhiều hơn, nhưng những bất bình đẳng mới cũng đang nổi lên, xung đột, khủng hoảng, bất ổn, thảm họa thiên nhiên vẫn tiếp tục hiện hữu. Có vẻ như nền văn minh đang phải đối mặt với vòng xoáy đi xuống. Chính vào thời điểm này, cũng có nhiều người muốn tìm lối thoát, hướng đến sự tu tập bình an bên trong, nương về Tam Bảo (Phật, Pháp và Tăng) - những bậc thể hiện con đường thanh tịnh, chánh niệm, cân bằng nội tâm như Đức Phật đã dạy:

Với hận diệt hận thù,
Đời này không có được
Không hận diệt hận thù
Là định luật ngàn thu.
(Kinh Pháp Cú, kệ số 5)
Và người khác không biết,
Chúng ta đây bị hại,
Chỗ ấy, ai biết được,

Tranh luận được lắng êm.
(Kinh Pháp Cú, kệ số 6)[1]

Vì lợi ích của nhiều người, Hòa thượng Tiến sĩ Buddha Priya Mahathero (*Trụ trì và Thư ký của Hội Siddharth United Social Welfare Mission (*SUSWM*), Chinar Park, Kolkata, Ấn Độ*) và Ni sư Tiến sĩ T.N. Giới Hương (*Giảng viên Anh Văn Phật Pháp tại Học viện Phật giáo Việt Nam TP.HCM và Trụ trì Chùa Hương Sen, California, Hoa Kỳ*) đã đồng tổ chức Hội thảo Phật Giáo quốc tế với chủ đề **"ĐÓNG GÓP CỦA PHẬT GIÁO CHO HÒA BÌNH THẾ GIỚI VÀ HÒA HỢP XÃ HỘI"** (Contribution of Buddhism for World Peace & Social Harmony)[2] tại Siddharth United Social Welfare Mission, Chinar Park, Kolkata, India vào ngày 02 tháng 07 năm 2023.

Tại Hội thảo Kolkata lần này, có 23 diễn giả bao gồm Chư Tôn Đức Thiền Đức Tăng Ni, những nhà lãnh đạo hòa bình tâm linh, các nhà văn và nhà nghiên cứu nổi tiếng đã trình bày những bài viết đầy ý nghĩa của mình, như Tiến sĩ Siddharth M. Jondhale (*Cựu Viện trưởng trường Đại học Trinity World*), Giáo sư Kishore Bhattacharjee (*Đại học Viswabharati, Shantiniketan*), Giáo sư Mahuya Mukherjee

1. Kinh Pháp Cú. Việt dịch: Hòa thượng T Minh Châu.
https://www.daophaT.N.gaynay.com/vn/phat-phap/27417-verse-6-ke-ngon-6-kinh-phap-cu-song-ngu.html
2. *Contribution of Buddhism for World Peace & Social Harmony* (Buddhist Studies Seminar in Kolkata, India. Edited by Ven. Dr. Buddha Priya Mahathero and Ven. Dr. Bhikṣuṇī T.N. Gioi Huong. Tôn Giáo Publishing. 2023.) là Tác phẩm thứ 78.
Tác phẩm thứ 78 trong Tủ sách Bảo Anh Lạc. Kính mời tham khảo:
https://huongsentemple.com/index.php/en/about-us/b-o-anh-l-c-bookshelf/8316-78-contributions
Trong khi bản tiếng Việt là số 104. Đóng Góp của Phật Giáo cho Hòa Bình Thế Giới và Hòa Hợp Xã Hội

(*Đại học Rabindrabharati, Kolkata*), Giáo sư Swarnali Barua (*Đại học Presidency*), Tiến sĩ Surajit Barua (*Đại học Seth Anandram Jaipur*), Cựu Thẩm phán Arunabha Barua (Tòa án Tối cao Calcutta), Ông Subhankar Barua (*Cục dân sự Tây Bengal*), ông Nima Wangdi Sherpa (*Chủ tịch và Lãnh đạo Hòa bình Tinh thần, Chi hội Darjeeling*), Bà Priyanka Barua (*Học giả Nghiên cứu, Đại học Calcutta*), Ông Saurabh Barua (*Kỹ sư và Học giả Nghiên cứu*), Bà Madhumita Barua (*Nhà văn và Diễn giả*), Ông Pradyut Chowdhury (*Tổng Thư ký Rishra Bauddha Samity, Rishra, W.B. Ấn Độ*), ông Utpal Kanti Chowdhury (*Chủ tịch Rishra Samaj Kalyan Samity*), Tiến sĩ Palash Bandyopadyay (*Nhà văn và bác sĩ nổi tiếng*), Bà Shruti Barua (*Nhà văn, Sodepur-natagah, Kolkata*), và đặc biệt là Hòa thượng Tiến sĩ Buddha Priya Mahathero (*nhà hoạt động hòa bình*), Ni sư Tiến sĩ T.N. Giới Hương (*tác giả người Mỹ gốc Việt với 100 đầu sách*),[3] Đại đức BuddharaT.N.a Bhante (*Thiền sư ở Bodhgaya, Ấn Độ*), và sư cô T.N. Trí Minh (*Thiền sư ở Canada, là em gái Ni sư T.N. Giới Hương*).

Hai mươi ba bài thuyết trình trong buổi hội thảo này được trình bày từ nhiều quan điểm khác nhau, nhưng đều mang cùng ý tưởng - làm thế nào để giữ hòa bình thế giới dựa trên lời dạy của Đức Phật. Những tài liệu này đã được kết tập để xuất bản thành sách "Những Đóng Góp của Phật Giáo cho Hòa Bình Thế Giới và Hòa Hợp Xã Hội," với mục đích chia sẻ kinh nghiệm về kiến thức Phật giáo và tài liệu tham khảo hữu ích, góp phần vào sứ mệnh chung gìn giữ hòa bình thế giới.

Chúng tôi xin chân thành cảm ơn Hòa thượng Tiến sĩ Buddha Priya Mahathero, Đại đức BuddharaT.N.a Bhante, Ni sư Tiến sĩ T.N. Giới Hương, Sư cô T.N. Trí Minh cùng 10 sư

---

3. Hiện nay đã có hơn 100 tác phẩm trong tủ sách Bảo Anh Lạc của Chùa Hương do Thích Nữ Giới Hương biên soạn.
Kính mời tham khảo: https://huongsentemple.com/index.php/en/about-us/b-o-anh-l-c-bookshelf/

cô đệ tử xuất gia của Chùa Hương Sen, giới truyền thông báo chí Ấn Độ, ca sĩ, nhân viên Siddharth United Social Welfare Mission và những ân nhân đã hảo tâm ủng hộ cho buổi hội thảo này được thành tựu. Đặc biệt, cám ơn Sư cô nghiên cứu sinh T.N. Đức Trí, Sư cô T.N. Viên Nhuận và đạo hữu Vũ Đình Trọng đã phụ giúp trong việc dịch thuật, sửa chính tả, thiết kế, xin giấy phép in ấn và phát hành.

Một lần nữa, xin cảm ơn tất cả Chư tôn Thiền Đức Tăng Ni, những học giả, diễn giả, đại biểu và các tổ chức đã giúp chúng tôi làm nên sự kiện quốc tế và ấn bản Hội thảo này được ra mắt với các độc giả xa gần.

Xin trân trọng giới thiệu.

Nguyện đem công đức này, hướng về thế giới hòa bình, nhân dân an lạc.

Nam mô Bổn Sư Thích Ca Mâu Ni Phật.

Chùa Hương Sen, ngày 30 tháng 08 năm 2023

Ban biên tập

Hòa thượng Tiến sĩ Buddha Priya Mahathero

Ni sư Tiến sĩ T.N. Giới Hương

SIDDHARTH UNITED SOCIAL WELFARE MISSION
SUSWM
INDIA
1992
Siddharth United social welfare mission
Chinar park, Kolkata - 700157
Contacts - 8017270537, 8017384733
Mail - psuswm@ymail.com
Website - www.suswm.in

NAMO BUDDHAYA

Siddharth United social welfare mission (SUSWM),with collaboration of Huong Sen Buddhist Temple, California, USA jointly are going to organise 30th International Buddhist conference the topic on 'Contribution of Buddhism for world peace and social Harmony', award giving, felicitation, cultural programme, world peace prayers to be held on 2nd July, 2023 Sunday at SUSWM auditorium hall, Chinar park, Teghoria, Kolkata, India from afternoon 2p.m. to 5:30 p.m.

Many venerable Buddhist monks, Bhikkhunis, NUNs, lay devotees, National-Iternational scholars, writers, speakers many others students will attend. Most respected eminent learned Buddhist scholar and writer Dr. Bhikkhuni Gioi Huong, the president and founder of Huong Sen Buddhist Temple, California, USA ,member of Vietnam United Buddhist churches USA will attend as chief guest and chief speaker and eminent writer scientist professor physician philanthropist Dr. Siddharth Mesaji Jondale.
Therefore distinguished and learned participant please will attend on time for grand success of the conference.

May the triple gem bless you all with Metta.
Bhabato Sabha Mangalam.

Sincerely yours
Dr. Buddha Priya Mahathero
(General secretary of SUSWM & BSBM)

Details of Conference Programme

> Date: 02.07.2023

> Arrival all Distinguished participants: 2PM

> Mangal Vani & Panchhashila by Ven. monks: 02:10PM

> Gracious welcome to the special distinguished guests.

> Welcome and opening song By Prajna Rashmi Concert Group

> Speech session

> Chanting for world peace

> Closing song

> Vote of thanks.

1

SỰ ĐÓNG GÓP CHO HÒA BÌNH THẾ GIỚI VÀ AN TOÀN XÃ HỘI CỦA HOÀNG ĐẾ A DỤC VÀ VUA TRẦN NHÂN TÔNG

Ni Sư TS.T.N. Giới Hương
tại Hội nghị của Siddharth United Social Welfare Mission, Kolkata, Ấn Độ
Ngày 02 tháng 07 năm 2023

Trong số các vị vua Phật giáo ở Ấn Độ và Việt Nam, Ashoka (268 đến 232 trước Công nguyên) và Trần Nhân Tông (thế kỷ XIII-XIV) là những vị vua nổi tiếng có đóng góp to lớn cho dân tộc và Phật giáo.

I. HOÀNG ĐẾ A-DỤC

1.1. Đại đế A-dục vị vua thời Cổ đại (232 trước Công nguyên)

Vua A-dục (Aśoka, Asoka, Ashoka) một hoàng đế Ấn Độ của triều đại Ma-Kiệt-Đà (Maurya), người đã cai trị gần như toàn bộ tiểu lục địa Ấn Độ từ 268 đến 232 trước Công nguyên, là một trong những hoàng đế vĩ đại nhất của Ấn Độ.

Trong tiếng Phạn "Aśoka" có nghĩa là; "không đau, không buồn". Trong các sắc lệnh triều đình, Vua được gọi là Devānāmpriya (*Pali: Devānaṃpiya nghĩa là Người được các vị thần yêu quý*), và Priyadarśin (Pali: Piyadasī nghĩa là Người quan tâm đến người khác). Sự yêu mến của vua được ví như "cây Saraca asoca, hay cây Ashoka"[4] cũng được đề cập đến trong Ashokavadana.

Trong *Mahavamsa (*Đại Biên Niên Sử) Sri Lanka và *một phần của Divyavadana* có tường thuật về Vua Pháp A-dục. Quốc huy của nước Cộng hòa Ấn Độ hiện đại là sự phóng tác từ trụ đá bốn con sư tử của Vua A Dục. Dhammachakka hay bánh xe Dhamma cũng được mô tả ở lá Quốc kỳ Ấn Độ. Đó là những gì Vua A Dục đã cống hiến và hiện còn cho đến thế

4. D.R. Bhandarakar, Aśoka (Calcutta: Calcutta University Press, 1969), 166, 230

kỷ XXI ngày nay.

1.2. Chinh phục Kalinga

Trong khi phần đầu cuộc đời của Vua A-dục rõ ràng là khá tàn bạo hiếu sát, tuy nhiên sau đó vua đã trở thành một Phật tử thuần thành của Đức Phật sau cuộc chinh phục Kalinga trên bờ biển phía Đông của Ấn Độ ngày nay là bang Orissa và North Coastal Andhra Pradesh. Kalinga là một quốc gia tự hào về chủ quyền và dân chủ.

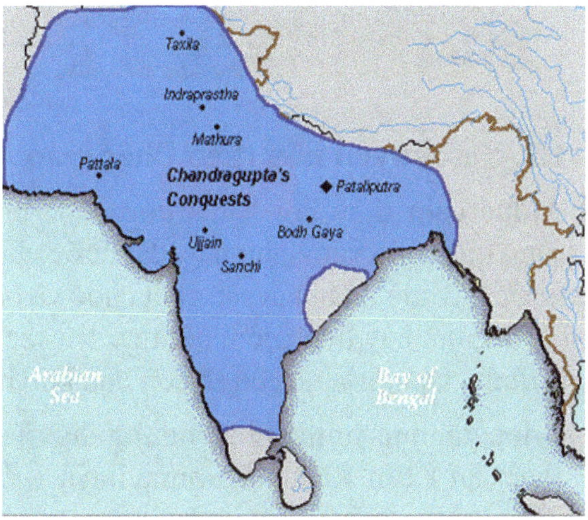

Kalinga (tiếp giáp với Vịnh Bengal) và Đế chế Maurya (màu xanh) trước cuộc tấn công của Đại đế A-dục

Ở Kalinga, chiến tranh đã xảy ra tám năm sau khi Đại đế A-dục đăng quang. Từ bản khắc thứ mười ba của vua, chúng ta biết rằng Kalinga là một trận chiến lớn và gây ra cái chết của hơn 100.000 binh sĩ và nhiều người dân phòng thủ; hơn 150.000 người đã bị trục xuất. Khi vua đi bộ qua dòng sông Kalinga sau cuộc chinh phục của mình, *"để vui mừng trước chiến thắng của mình, Vua đã bị xúc động bởi số lượng thi thể nằm rải rác ở bờ sông và tiếng than khóc của tang quyến vang rền khắp nơi*".[5]

1.3. Sự chuyển hóa theo Phật giáo

Đại đế A-dục cảm thấy hối hận trước cuộc chinh phục Kalinga vì trong quá trình xâm lăng này, đất nước chưa từng bị chinh phục trước đây giờ đã bị tàn sát, chết chóc và bắt cóc xảy ra, khắp nơi, vua cảm thấy đau buồn, hối tiếc sâu sắc hiểu rằng bạn bè và gia đình của người quá cố sẽ còn đau khổ hơn nhiều.

Đại đế A-dục đã thực sự thú nhận ngừng digvijaya (*chinh phục bằng bạo lực*) tìm kiếm dhammavijaya (*chinh phục bằng giáo Pháp*). Vua cai trị đất nước của mình bằng Phật pháp với nhiều việc thiện. Triều đại của vua trở nên nhân đạo hơn khi cai trị theo Phật pháp. Ngài là vị vua đầu tiên cho xây dựng các đạo dụ Phật giáo lớn có khắc chữ trên khắp Ấn Độ và Trung Á. Vua cho truyền bá giáo pháp đến chín quốc gia lân cận đã chứng kiến sự lan rộng của Phật giáo Nguyên thủy dưới sự bảo trợ của Đại đế A-dục như sau: "*Chín quốc gia là Kashmir và Gandhara* (N. Punjab), *Mahisamandala* (phía Nam dãy núi Vindhyan), *Vanavasi* (N. Kanara), *Aparantaka*

---

5. D.C. Aher, Ashoka the Great (Delhi: B.R. Publishers, 1995), 226, 228. https://en.wikipedia.org/wiki/Kalinga_War

(N. Gujarat, Kathiawar, Kacch và Sind), *Maharattha* (quốc gia của người Marathi, Bombay hiện đại), *các quốc gia Yona* (các chủng tộc ngoại lai ở biên giới Tây Bắc, vương quốc Hy Lạp-Bactria), *Himavanta* (vùng Himalaya), *Suvannabhumi* (Hạ Myanmar, Thái Lan, Java, và thậm chí cả Malaya) *và Tambapanni* (Sri Lanka), v.v."[6]

Vua A-dục đã dành rất nhiều tiền bạc của cải để phát triển nền giáo dục Phật giáo, xây dựng các tu viện, tháp, cột trụ, vv…

1.4. Vua A Dục là nhà chiêm bái Phật tích đầu tiên

Đại đế A-dục là một trong những nhà chiêm bái Phật tích Ấn Độ đầu tiên, là người có công để lại những dấu vết của Phật giáo cổ đại cho ngày nay qua các công trình xây dựng, bia ký, cột trụ, tu viện, chùa tháp.

Vào năm thứ 20 của triều đại của mình, Vua A Dục đã cầu thỉnh Tổ sư Ưu-ba-cúc-đa đưa đi chiêm bái hết tất cả những Phật tích tại Ấn Độ từ Lâm Tỳ Ni cho đến Câu Thi Na, tại mỗi thánh tích, vua A Dục đều cho xây dựng bảo tháp, bia đá và trụ đá để đánh dấu nơi mà Đức Phật đã từng lưu trú và thuyết giảng lúc còn tại thế. Chính nhờ những trụ đá, bia đá chùa tháp này mà ngày nay hàng đệ tử Phật mới biết chính xác về các Phật tích.[7]

1.5. Các Trụ đá của Đại đế A-dục (Aśokastambha)

Các trụ cột của Đại đế A-dục là một loạt các cột được đựng khắp miền Bắc Ấn Độ tiểu lục địa, được xây dựng bởi Vua A-dục vào thế kỷ thứ ba trước Công nguyên. Tính chiều cao trung bình từ 40 đến 50 feet và nặng tới 50 tấn mỗi cột.

---

6. http://www.suttas.com/king-Aśoka.html
7. Tarthang Tulku (1994), Holy Places of the Buddha, Crytal Mirror, Volume Nine, Dharma Press, USA.

Quốc huy và Quốc kỳ Ấn Độ
với hình bốn trụ đá Sư tử của Đại đế A-dục

Tại Vườn Lộc Uyển (*Sanarth*), một thành phố ở bang Uttar Pradesh, Đông Ấn Độ, cách Varanasi 13km về phía Đông Bắc, gần ngã ba sông Hằng và sông Gormati. Đây là nơi Đức Thế Tôn chuyển bánh xe Chánh Pháp đầu tiên, vua A Dục cũng đã đến chiêm bái và cho dựng các trụ đá rất lớn (đường kính 7 tấc, cao 15,25 mét) để đánh dấu nơi Đức Thế Tôn thành lập Tăng đoàn (Sangha), mở đầu công cuộc truyền bá Chánh Pháp. Tại đây, có một trụ đá sư tử trở thành quốc huy của Ấn Độ ngày nay.

Trụ đá sư tử của Đại đế A-dục tại Sarnath này là một điêu khắc tuyệt mỹ bốn con sư tử đứng quay lưng lại với nhau và được chọn làm Quốc huy của Ấn Độ. "Bánh xe Luân xa Ashoka" được đặt tại trung tâm của Quốc kỳ (ba màu, bánh xe chuyển pháp luân nằm giữa màu trắng của quốc kỳ). Bảo vật này hiện được trưng bày tại Viện Bảo tàng Khảo Cổ Sarnath, Varanasi, đối diện với Khu thánh Tích Sarnath.

Tại thánh tích Lâm Tỳ Ni (*Lumbini)*, Nepal, nơi Đức Phật đản sanh. Đại đế A-dục đã cho dựng một trụ đá cao 15 mét, hiện nay vẫn còn tại thánh tích này, có thể nói đây là trụ đá còn nguyên vẹn, được bao bọc bởi một hàng rào sắt để bảo hộ. Trên trụ đá này vẫn còn thấy hàng chữ như sau: *"Sau hai mươi năm lên ngôi, vua Priyadarsi* (Vương hiệu của Vua A Dục)*, người được chư thiên yêu mến, đã thân hành viếng thăm và lễ bái nơi đây, bởi vì chính tại nơi này Đức Phật Thích Ca đã được ra đời."*[8]

Ashoka Pillar in Lumbini (the birthplace of Buddha), Nepal

Tại thành Tỳ Xá Ly (*Vaishali, Vesāli*), một thành phố cổ đại, ngày nay thuộc huyện Vaishali bang Bihar, Đông Ấn Độ. Đây là nơi Đức Phật hay dừng chân để giảng pháp, an cư mùa mưa, cho phép Di mẫu Kiều-đàm-di Đại Ái Đạo (*Mahā Pajāpatī Gotamī, Ma-ha ba-xà ba-đề*) cùng hàng nữ giới xuất gia, là quê hương của Bồ tát tại gia cư sĩ Duy-ma-cật, và nơi Tôn Giả A-nan nhập niết bàn. Vua A-dục xây một tu viện ở đây để thờ Đức Phật và Tăng đoàn cũng như có dựng một trụ đá để tưởng nhớ Đức Phật và các Thánh tổ tại nơi này.

Tại thị trấn Sanchi thuộc quận Raisen của bang Madhya Pradesh, Ấn Độ, một thành phố miền Trung Ấn Độ, cách

8. Lumbini Development Trust, Genesis Publishing, Kathmandu, Nepal/1988

Bom Bay khoảng 549 dặm, Vua A Dục đã cho xây dựng một tu viện và một Đại Bảo Tháp tại nơi này với những nét điêu khắc hoa văn rất chi tiết và tinh xảo.

Sư cô T.N. Giới Hương quỳ trước khu Thánh Tích Xá-vệ, Ấn Độ, với Cột trụ đá Vua A Dục còn nguyên vẹn trang nghiêm, tháng 9 năm 2003

1.6. Vua A Dục tổ chức kết tập kinh điển lần thứ ba

Khoảng năm 308 trước Công nguyên, trong thời trị vì của Đại đế A-dục, Đại hội Kết tập kinh điển lần thứ ba được tổ chức tại Tự viện Asokamara tại thành phố Hoa Thị Thành (*Pataliputta*) để thảo luận về những điểm dị biệt trong luận thuyết của các Tỳ kheo (*Bhikshu*) thuộc các bộ phái khác nhau.

Lần kết tập kỳ thứ ba này kéo dài trong chín tháng, kết quả là Phật pháp trở lại thanh tịnh và ổn định.

1.7. Đại đế A-dục có công truyền bá Phật pháp qua Caylon (Sri Lanka)

Tranh Thánh tăng Mahinda mang Phật giáo vào Sri Lanka. Họa sĩ D. G. Somapala[9]

Theo sau cuộc Kết Tập Kinh Điển lần thứ 3 (năm 254 trước Công nguyên), Vua A Dục đã cử nhiều phái đoàn hoằng pháp ra nước ngoài như Tích Lan, Miến Điện, Mã Lai và Sumatra.

9. https://www.sundaytimes.lk/180624/funday-times/arahant-mahinda- brings-buddhism-to-sri-lanka-299140.html

Vua A-dục đã cử hai người con là Hoàng Thái tử Mahinda và Công chúa Singhamiha xuất gia làm Tăng Ni, gia nhập Tăng đoàn tu học sau đó được gởi sang Tích Lan để hoằng pháp. Điều này được nói trong cuốn Ashokavadana tiếng Phạn (*Truyền Thuyết về Ashoka*), được viết vào thế kỷ thứ hai, và hai biên niên sử tiếng Pāli của Sri Lanka (Dipavamsa và Mahavamsa), v.v…

Theo biên niên sử, hoàng đế A Dục và Vua Devānampiya Tissa (Sri Lanka) là hai người bạn hàng xóm láng giềng giao hảo rất thân, dù chưa có duyên diện kiến nhau. Vua Devānampiya Tissa thường gởi đại thần quan trọng hay những nhà sứ giả đem vật phẩm quý giá tặng nước Ấn Độ và đáp tình lại, Vua A Dục cũng thường gởi phái đoàn truyền giáo ngoại giao đến Sri Lanka, như gởi con trai là tỳ kheo Thera Mahinda đến Sri Lanka để giới thiệu Phật giáo với bức thông điệp đầy pháp vị như sau:

"Tôi đã quy y với Phật bảo (*Đức Thế Tôn*), với Pháp Bảo (*giáo pháp của Ngài*), và với Tăng Bảo (*chư tăng trong Giáo Hội*). Chính tôi đã tuyên bố rằng mình là một thiện tín cư sĩ trong tôn giáo của Đức Thích Ca. Giờ đây thưa Đại Vương, ôi! Ngài là bậc quý nhất trong dân chúng, đã dùng Phật pháp để chuyển hóa tâm mình, hãy quy y với Tam Bảo (*ba ngôi quý giá nhất*) trong các bảo vật." [10]

Bài thuyết giảng của Đức thánh tăng Mahā Mahinda có sức cảm hóa mạnh mẽ khiến ai cũng có thể lãnh hội những lời dạy từ bi và trí tuệ của Đức Phật. Không bao lâu, bức thông điệp của Đức Bổn Sư nhanh chóng vang khắp các vùng của hải đảo. Phật giáo chánh thức được công nhận và Giáo hội Tăng già của các Tỳ kheo (*Bhikkhu Sangha)* cũng được thành lập. Đây là dấu mốc lịch sử cho thấy bộ phái Phật giáo

10. Buddhism in Sri Lanka: A Short History, by H.R. Perera, 2007. https://www.accesstoinsight.org/lib/authors/perera/wheel100.html#sect-47

Nguyên Thuỷ được truyền ra khỏi Ấn Độ và lưu truyền đến Sri Lanka dưới triều đại vua Devànampiyatissa. Sri Lanka trở thành một trung tâm của Phật giáo trên thế giới từ thời cổ đại.

Hoàng Hậu Anulā, thứ phi của một vị phó vương tên Mahānāga, cùng với 500 thị nữ đến nghe pháp, và tha thiết xin thánh tăng Mahinda cho xuất gia theo dấu chân của Đức Thế Tôn. Tuy nhiên, vào lúc bấy giờ ở Sri Lanka chưa có Giáo Hội Tỳ Kheo Ni và theo giới luật, Ngài Mahinda không có quyền chủ trì lễ xuất gia cho người nữ, chỉ có một vị Phật hay Giáo Hội Tỳ Kheo Ni mới có quyền. Do đó, Đức Mahinda gợi ý Vua Devānampiya Tissa cung thỉnh Vua A-dục cho phép con gái là Tỳ-kheo-ni Sanghamittā, em gái của Ngài, lúc ấy là một Tỳ Kheo Ni tại Ấn độ, qua Sri Lanka làm lễ xuất gia cho hàng phụ nữ và thành lập Giáo Hội Tỳ Kheo Ni (*Bhikkhunī Sangha*).

Từ trái: Sư cô Viên Nhuận, Sư Siri Sumedha, Ns T.N. Giới Hương, Sư cô Viên Bảo và Ni cô Viên Lành, chụp đường lên Đỉnh Đại tháp Mihintale ngày 11/7/2023

Vua Devānampiya Tissa lấy làm hoan hỷ cung thỉnh và Vua A Dục chấp thuận cho Công chúa tức Tỳ-kheo-ni Sanghamittā Theri đã qua Sri Lanka truyền giáo Ni. Thánh

Tổ đã mang theo một nhánh cây bồ đề được chiết từ cây Bồ đề bên sông Ni-Liên,[11] nơi Đức Thế Tôn đã ngồi thiền 49 ngày và giác ngộ.

Ni sư Giới Hương chụp với Chư Ni trước tượng Thánh tổ Sanghamittā Their tại chùa Susilavasa ngày 19/7/2023

1.8. Sự cống hiến cho Phật giáo của Hoàng đế A-dục

Hơn hai nghìn sáu trăm năm trôi qua, những đóng góp của vua Ashoka vẫn có ảnh hưởng mạnh mẽ đến đời sống của người dân Ấn Độ nói riêng và Phật giáo nói chung.

Đáng chú ý nhất là quốc huy và quốc kỳ của Ấn Độ, cột đá và bánh xe Pháp ở Vườn Nai, Sarnath, Varanasi, Ấn Độ của vua Ashoka, vẫn là biểu tượng quen thuộc với người dân.

11. Sông Ni Liên Thiền (Naranjana) cách tháp Đại Tháp khoảng 200 mét về phía Đông. Ngày nay sông này có tên là Lilajan, sông rộng trên 1 cây số, vào mùa nắng sông khô cạn không còn một giọt nước, nhưng đến mùa mưa thì nước chảy rất mạnh. Theo truyền thống Phật Giáo thì chính tại nơi này Đức Phật đã tắm gội sạch sẽ, sau đó Ngài nhận bát cháo sữa do nàng Sujata cúng dường, rồi Ngài nhận thêm bó cỏ kiết tường làm gối ngồi thiền từ một nông dân trong vùng, trước khi Ngài đi về cội Bồ Đề bắt đầu thiền định.
https://chuaphuoclinh.net/goc-lich-su-song-ni-lien-thien-.html

Vua A-dục là một đệ tử Phật, một Phật tử thuần thành, một quân vương hộ trì Phật Pháp, lấy giới luật (*Thập thiện*) và lục hòa để trị dân, với mục đích khiến quần chúng quy ngưỡng về con đường lành, tu tập, giác ngộ và giải thoát. Nhờ công đức hộ trì mạnh mẽ này, bánh xe Pháp đã đang lăn mãi để mang ánh sáng từ bi và trí tuệ của Đức Phật đến cho mọi người ở mọi nơi trên thế giới.

II. HOÀNG ĐẾ TRẦN NHÂN TÔNG (1258–1308)

2.1. Từ thuở nhỏ đã có Thánh tướng như Đức Phật Hoàng

"Trần Nhân Tông, vị hoàng đế thứ ba nhà Trần của Việt Nam, sinh ngày 7 tháng 12 năm 1258 (11 tháng 11 Mậu Ngọ). Tên khai sinh là Trần Khâm. Ngài là con đầu của vua Trần Thánh Tông."[12]

Phật Hoàng Trần Nhân Tông, Sơ Tổ Thiền Phái Trúc Lâm

12. Việt Nam Phật Giáo Sử Luận (*History of VieT.N.amese Buddhism*), tập 1,2,3. Nguyễn Lang (aka Zen Master Thích Nhất Hạnh), Lá Bối. 1973; https://langmai.org/tang-kinh-cac/vien-sach/giang-kinh/viet-nam-phat-giao-su-luan/chuong-12-tran- nhan-tong-va-thien-phai-truc-lam/

"Người ta nói rằng Trần Khâm mới sinh ra đã có những dấu hiệu ưu tú của thánh nhân, chẳng hạn như thể chất vàng ròng và phong thái sáng sủa hoàn hảo. Cả hai dấu hiệu được coi là dấu hiệu của một sự xuất hiện phi thường trên trời. Ông nội là Thái Tông và cha là Thánh Tông phong cho ông là "Kim Tiên Đồng Tử."[13] Nhờ những tướng tốt này mà vua còn được tôn là "Phật Hoàng" tức Phật Hoàng Trần Nhân Tông từ khi Ngài còn nhỏ.

2.2. Ngài muốn từ bỏ ngôi vị vua để trở thành bậc ẩn sĩ

Khi trưởng thành, Vua cha Trần Thánh Tông ép Ngài lấy con gái trưởng của Nguyên Từ Quốc Mẫu. Vợ ông sau có chức tước là Khâm Tộ Thái hậu. Trong hoàng cung cùng vợ, Ông sống trong sung sướng an nhàn nhưng luôn nghĩ đến việc sống đời khổ hạnh bằng cách xuất gia. Đây cũng chính là mối ưu tư mà Thái tử Sĩ-đạt-đa (Siddharta) đã muốn để có một cuộc đời giải thoát, không bị ràng buộc.

Trần Nhân Tông cũng vậy, cũng có một cuộc từ bỏ vĩ đại, *"Một đêm vào giờ Tý, trèo ra khỏi tường thành, từ bỏ những phú quý địa vị nhất cuộc đời, trốn về núi Yên Tử. Ở đó, Ông đến gần chùa Tháp ở núi Đông Cứu. Trời vừa sáng, liền trốn vào trong tháp nằm nghỉ."*[14]

Vị sư trụ trì của ngôi chùa đã làm một bữa ăn cho vị khách vì người khách lạ có ngoại hình phi phàm khác thường. Vị sư trưởng đã nhận ra Ngài và gửi tin nhắn cho nhà vua. Đội quân do nhà vua triển khai đã tìm được Ông và bắt Ông trở về cung điện, Do vậy, vì thương cha và vì nghĩa nặng với nước, Thái

---

13. Book *Tam Tổ Thực Lục* called "The Golden Buddha" (Phật Hoàng). Ibid. https://langmai.org/tang kinh- cac/vien-sach/giang-kinh/viet-nam-phat-giao-su-luan/chuong-12-tran-nhan-tong-va-thien-phai-truc-lam/
14. Lê Văn Hưu, Phan Phu Tiên, Ngô Sĩ Liên, 1993. 195

tử đã trở về với cuộc sống trần gian để nối dõi tông đường.

2.3 Dù là Vua, Ngài vẫn Ăn Chay và Tu Thiền

Năm 21 tuổi (năm 1279), Ngài lên ngôi hoàng đế, hiệu là Trần Nhân Tông. Tuy ở địa vị cao sang nhưng Ngài vẫn giữ mình thanh tịnh, ăn chay, mỗi ngày ăn một bữa vào buổi trưa và thường đến chùa Từ Phước tu tập.

Vào năm xuất gia, vua mời Văn Túc vương Đạo Tái (con Trần Quang Khải) cùng dùng bữa. Rất mến Văn Túc vương Đạo Tái, nhà vua mời Đạo Tái đến thăm lầu Dưỡng Đức ở điện Thánh Từ, sai người bưng mâm cơm mời Đạo Tái. Nhà vua vốn là người ăn chay nên chỉ ngồi nhìn Đạo Tái ăn bữa cơm không chay. Nhà vua viết bài thơ sau:

Món quy cước đỏ thắm
Món mã yên vàng thơm
Sơn tăng giữ tịnh giới
Cùng ngồi không cùng ăn.[15]

Ngay cả khi nhà vua chưa xuất gia, ông vẫn tự coi mình là một "nhà sư trên núi". Ngài ấp ủ ý nguyện xuất gia và chuẩn bị cho việc xuất gia của mình.

2.4. Ba lần đánh giặc Nguyên-Mông để bảo vệ đất nước

Hoàng đế Trần Nhân Tông và cha của Ông, Thượng hoàng Trần Thánh Tông, được ghi nhận là những vị chỉ huy tối cao đã lãnh đạo Nhà Trần ba lần chiến thắng quân xâm lược Mông

15. Việt Nam Phật Giáo Sử Luận (*History of VieT.N.am Buddhism*), tập 1,2,3. Nguyễn Lang (aka Zen Master Thích Nhất Hạnh), Lá Bối. 1973. https://langmai.org/tang-kinh-cac/vien-sach/giang-kinh/viet-nam-phat-giao-su-luan/chuong-12 tran-nhan-tong-va-thien-phai-truc-lam/

Cổ (*Mông*) và Nguyên (quân *Nguyên*) của Trung Quốc thiết lập một thời kỳ hòa bình lâu dài và thịnh vượng cho đất nước.

Cuộc chiến Nguyên Mông-Đại Việt hay Kháng chiến chống quân xâm lược Nguyên Mông là cuộc chiến bảo vệ Tổ quốc của quân dân Đại Việt thời kỳ đầu nhà Trần dưới thời các vua Trần Thánh Tông và Trần Nhân Tông. Tuy thời gian kháng chiến kéo dài từ năm 1258 đến năm 1288, nhưng thời gian chính thức chỉ kéo dài khoảng 9 tháng, chia làm ba giai đoạn I, II và III, là thời gian chủ động ngoại giao. Vì vậy, ba cuộc kháng chiến này được coi là một trong những trang lịch sử hào hùng nhất của dân tộc Việt Nam cũng là một chiến công tiêu biểu của nhà Trần.

Từ xưa đến nay có thể nói Vua Nhân Tông là một bậc chân tu theo đạo Phật, có tấm lòng từ bi rộng lớn và cũng là một bậc anh hùng sáng suốt trong lịch sử Việt Nam. Không chỉ cai quản đất nước hùng mạnh, đánh tan hai cuộc xâm lược của đạo quân Mông Cổ khủng khiếp nhất thế giới, mà Ngài còn mở mang bờ cõi thêm hai châu cho Việt Nam cũng như đi sâu vào đời sống tâm linh.

2.5. Vua Trần Nhân Tông xuất gia, sáng lập Thiền Phái Trúc Lâm

Năm 1293, Trần Nhân Tông nhường ngôi cho con là Trần Anh Tông và dìu dắt tân vương trong 6 năm. Năm 1299, Ngài xuất gia tại Ngọa Vân Am, trong rừng trúc trên núi Yên Tử, nghiêm trì mười hai giới khổ hạnh, nên Ngài được tôn xưng là "Đại ẩn sĩ Vân Hương" (nghĩa là Hương Vân Đại Đầu Đà)" tức là người giữ giới,"

"*Sau khi xuất gia một thời gian, Hương Vân Đại Đầu Đà thành lập Thiền phái Trúc Lâm trên núi Yên Tử. Đây là ngôi Tu viện Phật giáo bản địa duy nhất ở Việt Nam chịu ảnh hưởng triết học Nho giáo và Lão giáo. Đây là một phương pháp Thiền Phật giáo nhập thế, vì Ngài còn tham chính triều đình mà vẫn duy trì việc tu hành (đồng thời là thế tục và siêu thế). Ngài đã trở thành vị Tổ thứ sáu của phái Yên Tử, là vị tổ thứ nhất của Thiền phái Trúc Lâm. Ngài còn có các tên gọi khác như Trúc Lâm bậc Đại Sĩ (Trúc Lâm Đại Đầu Đà), Trúc Lâm Đại Sĩ và Phật Hoàng Điều Ngự (Giác Hoàng Điều Ngự)*".[16]

Ở núi Yên Tử, Ngài mở Tịnh xá, thuyết pháp cho người xuất gia và thu nhận được khá nhiều đệ tử, sáng tác rất nhiều sách thiền làm kim chỉ nam cho thiền sinh cho đến ngày nay.

Phật giáo Trúc Lâm đóng vai trò là Phật giáo nhập thế, gắn bó mật thiết với chính trị, văn hóa và xã hội. Thiền phái Trúc Lâm rất thích hợp với phong trào này, đó là lý do chính mà Thiền phái này được thành lập. Truyền thống Phật giáo Yên Tử và sự xuất hiện của Trúc Lâm đã mang nhiều tính chất xã hội và nhập thế, nên việc dùng một danh hiệu mới cho thiền phái mới ở Việt Nam thế kỷ XIV là điều đương nhiên và hợp lý.

"*Thiền phái Trúc Lâm tiếp thu "nền tảng của Phật giáo*

---

16. Ibid

Nam Á và thiền Đông Độ (Ấn Độ) đồng thời sử dụng các giá trị văn hóa Việt Nam và khuyến khích Phật tử đóng góp cho xã hội dựa trên lòng từ bi và trí tuệ của Phật giáo. Bản thân thiền sư Trúc Lâm không chỉ tu ở Yên Tử mà còn hoằng pháp ở nhiều chùa như Phổ Minh (Thiên Trường), Sùng Nghiêm (Chí Linh), Vĩnh Nghiêm (Yên Dũng) và Báo Ân – Siêu Loại (nay thuộc Gia Lâm, Hà Nội)."[17]

2.6. Các tác phẩm của Tổ sư Trúc Lâm

Là vị thiền sư Trúc Lâm giác ngộ, còn là vị vua yêu nước, vua Trần Nhân Tông rất đau xót khi giặc ngoại xâm kéo đến đánh Đại Việt. Ông đã viết nhiều sắc dụ, văn tế, thơ văn bày tỏ nỗi lòng của mình đối với đất nước và Phật giáo. Các tác phẩm như:

- Thiền Lâm Thiết Chủy Ngữ Lục (Thiền ngữ)
- Tăng Già Toái Sự (Những Rắc Rối Hàng Ngày của Tu Sĩ)
- Thạch Thất My Ngữ (Nghịch Ngôn trong Nhà Thiền) của vua Trần Anh Tông chép vào Đại Tạng Kinh cho lưu hành.
- Đại Hương Hải Ấn Thi Tập (Tập thơ Dấu Ấn Biển Cả Hương Thơm Ngát)
- Trần Nhân Tông Thi Tập (Tập thơ của Trần Nhân Tông)
- Trung Hưng Thực Lục (2 tập) Ghi lại Cuộc Xâm Lăng của Quân Nguyên

Theo Nguyễn Huệ Chi, Trần Thị Băng Thanh, Đỗ Văn Hỷ và Trần Tú Châu, các biên tập viên của cuốn Văn Thơ thời Lý Trần (2 tập) cho biết rằng "*Thơ Trần Nhân Tông có tính*

17. https://terebess.hu/zen/mesterek/Tran-Nhan-Tong.html

chất kết hợp nhuần nhuyễn giữa triết lý và thế sự, giữa cảm thông, lạc quan, yêu đời, tấm lòng vị tha của một nhân cách lớn và những rung động tinh tế, yêu tự do của một nghệ sĩ."[18]

2.7. Hình thành một Xã Hội Phật giáo

Để ủng hộ đất nước Đại Việt và tìm hiểu kinh điển của Đức Phật, vào tháng 2 âm lịch năm 1295, Thiền sư Trúc Lâm đã cử các quan ngoại giao Trần Khắc Dụng và Phạm Thảo sang nhà Nguyên thỉnh Đại Tạng Kinh (Kinh, Luật, và Luận). Yêu cầu này được Nguyên Thành Tông chấp thuận. Kinh do sứ bộ đem về cất giữ ở điện Thiên Trường, ngoài ra vua còn cho in bản để lưu hành trong nước.

Toàn quang cảnh nơi ra đời của Thiền Phái Trúc Lâm, Núi Yên Tử, Quảng Ninh

Năm 1304, Hương Vân Đại Sư Đại Đầu Đà (Trần Nhân Tông) đi khắp nước khuyên dân bỏ thờ dâm thần, bỏ tà kiến. Ngài dạy mười điều thiện, (1*) không sát sinh, (2) không trộm cắp, (3) không tà dâm, (4) không nói dối, (5) không uống các chất say, (6) không đeo đồ trang sức hoặc xức nước hoa, (7)*

18.https://vietbooks.info/threads/tho-van-ly-tran-tap-2-qu-en-thuong-nxb-khoa-hoc-xa-hoi-1988-nguyen-hue-chi-965-trang.1740/

không nghe ca hát hoặc xem khiêu vũ, (8) không ngủ trên giường cao hoặc giường rộng, (9) không ăn uống không đúng giờ, tức là buổi trưa, và (10) không sở hữu những vật có giá trị như vàng và bạc. Ngài vẫn đưa ra lời khuyên về một số vấn đề chính trị và khuyên vua Anh Tông "bỏ rượu và thường cúng dường, hỗ trợ Tăng đoàn."[19]

Thập giới là giáo lý căn bản của Phật giáo, là cơ sở cho đạo đức xã hội. Trúc Lâm có ý hướng xây dựng một xã hội dựa trên nền tảng đạo đức Phật giáo. Một vị vua trẻ ngồi trên ngai vàng ủng hộ Phật giáo, một vị vua làm du tăng giữa quần chúng. Sự kiện này là duy nhất và chưa từng có. "*Trúc Lâm thật sự đã góp phần củng cố vương triều và chế độ bằng những hoạt động tín ngưỡng tích cực trong dân gian*".[20]

Về hình thức, cả một triều đình trở thành Phật giáo và một xã hội dựa trên Phật giáo với những công dân của họ sống một đời sống đạo đức như những vị vua chúa và tổ tiên của họ.

VI. SO SÁNH SỰ VĨ ĐẠI GIỮA HOÀNG ĐẾ A-DỤC VÀ VUA TRẦN NHÂN TÔNG

Giống như Đại đế A-dục, vua Trần Nhân Tông đã đi khắp mọi miền đất nước để khuyến khích người dân sống một cuộc sống tâm linh, vâng giữ mười điều thiện (thập thiện) để đời sống phát triển tốt hơn.

Cả hai vị vua đều có nhiều điểm tương đồng như sau:

"*Cả hai vị hoàng đế đều thuộc các triều đại hùng mạnh của Ấn Độ và Việt Nam—Ashoka Đại đế của triều đại Maurya*

19. https://terebess.hu/zen/mesterek/Tran-Nhan-Tong.html
20. Việt Nam Phật giáo Sử luận (*History of VieT.N.amese Buddhism*), tập 1,2,3. Nguyễn Lang (aka Zen Master Thích Nhất Hạnh), Lá Bối. 1973. https://langmai.org/tang-kinh-cac/vien-sach/giang-kinh/viet-nam-phat-giao-su-luan/chuong-12-tran-nhan-tong-va-thien-phai-truc-lam/

và Hoàng đế Trần Nhân Tông của triều đại nhà Trần."[21]

Thời kỳ trị vì của Vua Pháp A-dục là thời kỳ huy hoàng của Phật giáo ở Ấn Độ, và ở Việt Nam cũng vậy dưới thời trị vì của vua Trần Nhân Tông.

"*Khi chúng ta đi qua những câu chuyện về cuộc đời của cả Đại đế A-dục và Vua Trần Nhân Tông, chúng ta thấy cả hai đều có tình thương bao la đối với nhân loại cũng như đối với Phật giáo, bất kể lĩnh vực hay vấn đề nào.*"[22]

Hoàng đế Ashoka tiến hành chiến tranh để mở rộng vương quốc của mình và tạo ra chủ quyền độc lập tối cao. Vua Trần Nhân Tông đã tiến hành chiến tranh để bảo vệ đất nước, công dân và nền văn hóa của mình khỏi quân xâm lược Mông Cổ.

Tuy nhiên, cả hai đều đã tận mắt chứng kiến cảnh đổ máu và rút ra bài học về giới sát sanh. Theo các nhà sử học, hàng triệu người đã chết vì những cuộc chiến đó trong khi tài sản ở một số khu vực bị phá hủy hoàn toàn. Cả hai vị vua đều cống hiến quyền lực hoàng gia của mình để truyền bá đạo Phật và thực hiện các hoạt động có lợi cho Đại Tăng đoàn và các thần dân thân yêu của họ.

Tương truyền rằng vua Trần Nhân Tông không ăn thịt cá. Hoàng đế A-dục, về vấn đề này, tiến xa hơn, là đã cấm giết mổ động vật trên toàn quốc. Mặt khác, theo lối sống của họ, cả hai đều dũng cảm, có đủ can đảm để đối mặt và xử lý mọi tình huống. Cả hai đều làm việc không giới hạn để phục vụ người dân vì cuộc sống tốt đẹp hơn.

Có vẻ như cả hai có thể đã phải đối mặt với những thách thức khi họ truyền bá Phật giáo, vì có những người khác theo những tín ngưỡng truyền thống khác nhau. Khi Hoàng đế

---

21. Lê Văn Hưu, Phan Phu Tiên, Ngô Sĩ Liên. 1993. 192
22. Ibid

A-dục đưa Phật giáo trở thành tôn giáo phổ biến ở thế giới và Hoàng đế Trần Nhân Tông đã đưa Thiền phái Trúc Lâm trở nên mạnh mẽ trong đế chế của mình, phổ toàn lãnh thổ Việt nam, và những đất nước mà cư dân Việt nam sinh sống, xuyên suốt cho đến thế kỷ XXI.

VII. ĐÓNG GÓP LỚN CHO HÒA BÌNH THẾ GIỚI VÀ HẠNH PHÚC XÃ HỘI

Cả Hoàng đế A-dục của Ấn Độ và Hoàng đế Trần Nhân Tông của Việt Nam đều có những đóng góp to lớn cho hòa bình thế giới và sự hòa hợp xã hội cho đất nước và nhân dân của họ.

Từ một vị vua giết người hung tàn, Đại đế A-dục đã thức tỉnh khi nhìn thấy dòng sông đẫm máu từ cuộc chinh phục Kalinga ở bờ biển phía Đông. Từ đó, Ông đã trở thành một đệ tử chân chính, nhân hậu của Đức Phật, chủ trương từ bi, trí tuệ và đặc biệt là bất bạo động, không làm tổn thương thân xác và tinh thần của người khác.

Nhìn vào lịch sử Phật giáo là nhìn vào lịch sử của lòng vị tha, hy sinh, lo cho mọi người dân, giúp họ vượt qua khổ đau, sống an lạc, hạnh phúc trong hiện tại và tương lai. Vì vậy, nhà vua A-dục đã dùng pháp của Đức Thế Tôn để trị nước như sau:

7.1. Mười giới

1. Không sát sinh hoặc khuyến khích người khác sát sinh.
2. Không ăn cắp hoặc khuyến khích người khác ăn cắp.
3. Không tham gia vào các hành vi dâm ô hoặc khuyến khích người khác làm như vậy. Một nhà sư được mong đợi là một người tránh tình dục hoàn toàn.
4. Không được dùng lời dối trá hoặc khuyến khích người khác làm như vậy.

5. Không trao đổi, bán đồ uống có cồn hoặc khuyến khích người khác làm như vậy.
6. Không loan truyền những việc làm sai trái của đại chúng Tăng ni, Phật tử, không khuyến khích những người khác làm như vậy.
7. Không tự khen mình, nói xấu người khác hoặc khuyến khích người khác làm như vậy.
8. Không keo kiệt hoặc khuyến khích người khác làm như vậy.
9. Không nuôi lòng tức giận hoặc khuyến khích người khác tức giận.
10. Không nói xấu Phật, Pháp, Tăng (Tam Bảo) hoặc khuyến khích người khác làm như vậy.

Giữ giới để tránh nhân quả xấu, tăng trưởng việc thiện, tạo môi trường an vui, hạnh phúc cho mình, gia đình và cộng đồng.

7.2. Sáu điều hòa hợp (Lục hòa)

1. Hòa hợp khi có cùng quan điểm
2. Hòa đồng giữ giới
3. Hòa thuận chung sống
4. Hòa hợp trong lời nói không mâu thuẫn
5. Hòa hợp trong việc trải nghiệm pháp lạc
6. Hòa hợp trong việc chia sẻ lợi ích.

Sáu cách hòa hợp giúp kết nối các cá nhân như một tổng thể, những người có thể cùng sống, cùng làm việc, cùng chia sẻ và cùng tiến bộ trên con đường tâm linh. Đất nước giàu mạnh là nhờ sự hòa hợp của mỗi người, mỗi gia đình và cộng đồng. Mười Giới và Sáu Hòa Hợp là một sức mạnh lớn cho hòa bình thế giới và hòa hợp xã hội.

Vua A-dục đã cho khắc những lời dạy này trên các cột đá như một sắc lệnh duy trì sự hòa hợp và hòa bình. Ngài ra lệnh cho các phái đoàn Phật giáo mang thông điệp hạnh phúc và giải thoát này ra ngoài biên giới Ấn Độ đến Tích Lan, Thái Lan, Lào, Trung Quốc, Việt Nam, v.v. Cụ thể như nhà vua đã gửi con trai của mình, Thái tử, tức Tỳ kheo Mahinda (Mahendra), đến Tích Lan để thành lập Phật giáo, và sau đó, đã gửi con gái của mình, Công chúa Sanghamitra, đã xuất gia sang Tích Lan để truyền bá con đường chân lý giải thoát cho Nữ giới.

Ngoài ra, Đại đế A-dục còn là một nhà hảo tâm đã hỗ trợ Tăng đoàn rất lớn bằng cách thường xuyên hỗ trợ tài chính và thực phẩm. Để giữ cho Tăng đoàn chuyên tâm tu tập thanh tịnh. Bất kỳ nhà sư nào giả vờ thâm nhập vào tăng đoàn mà không thật tu tập sẽ bị trừng phạt nghiêm khắc. Đại đế A-dục cũng đóng vai trò là mạnh thường quân đắc lực củng cố Phật giáo. Nhà vua cũng cho xây dựng nhiều chùa tháp ở nhiều bang của Ấn Độ cổ đại. Ngày nay, các nhà khảo cổ học đã đang khám phá các công trình cống hiến của Đại đế A-dục.

Đại đế A-dục là vị vua đầu tiên được cho là đã truyền bá thông điệp bất bạo động, từ bi và trí tuệ của Đức Phật ra khỏi Ấn Độ. Đạo Phật là lối sống an lạc, hạnh phúc, chánh niệm và tỉnh thức. Phương pháp này có thể củng cố việc chuyển đổi xã hội thành một nơi có trật tự, an toàn, công bằng, hòa bình và hạnh phúc. Phương pháp này đã được chấp nhận, tồn tại và hòa nhập ở nhiều quốc gia không phân biệt nguồn gốc quốc gia, tình trạng hôn nhân, dân tộc, màu da, giới tính, chủng tộc, tuổi tác và nghề nghiệp. Phật giáo có thể hòa hợp một cách uyển chuyển với các nền văn hóa, tôn giáo, triết học và tổ chức khác để cùng củng cố một thế giới với sự giải thoát, xứng đáng để sống an bình.

Cũng như với Hoàng đế A-dục, vua Trần Nhân Tông lấy Thập giới, Lục hòa và nghiên cứu triết lý Thiền của Phật giáo làm tư tưởng chủ đạo để xây dựng xã hội dựa trên Phật giáo. Ngài lãnh đạo nhân dân và đệ tử Phật giáo trau giồi trí đức, đoàn kết lòng dân, bảo vệ đất nước khỏi giặc ngoại xâm, xây dựng đất nước thái bình.

Khi đất nước hòa bình, Ngài chú trọng đến giáo dục, chọn lọc quan viên, xây dựng bộ máy nhà nước liêm chính, để xã hội công bằng, bình đẳng và phát triển.

Khi Thái tử đủ trưởng thành để điều hành vương quốc, Ngài đã nhường ngôi cho con để trở thành một nhà Sư sống cuộc đời giản dị và khổ hạnh, tìm kiếm chân lý trên một ngọn núi xa xôi. Ngài đã giác ngộ và chia sẻ con đường giác ngộ (*Thiền Trúc Lâm*) cho tất cả mọi người mà vẫn còn được minh họa rõ ràng qua các bài thơ, sắc lệnh và tác phẩm của Ngài vào thời nhà Trần.

Với trí tuệ và tầm nhìn sâu xa của một vị Thiền sư, Ngài hiểu rằng giáo lý nhà Phật là nơi cứu khổ cứu nạn, giúp chúng sinh bỏ ác làm lành, sống thanh tịnh. Làm vua phải có đạo đức vì chúng sinh, Thiền sư Trúc Lâm đã xây dựng một mô hình tốt để mang lại sự hòa hợp cho Tăng đoàn, hoàng gia và xã hội cho người dân và chúng đệ tử Phật giáo của mình.

Ngài đã áp dụng thực hành sáu pháp Hòa hợp của Phật giáo để xây dựng một nước Đại Việt thái bình thịnh trị.

Thứ nhất, về mặt ngoại giao, Vua Trần Nhân Tông đã nỗ lực xây dựng tình hữu nghị thân thiết với nước láng giềng nằm ở biên giới phía Nam là Champa. Để thắt chặt mối quan hệ ngoại giao đang có đà tốt đẹp, để ngăn cản người Đại Việt cướp bóc các nước láng giềng Champa và tăng cường gìn giữ hòa bình, vua Trần Nhân Tông đã cử con gái là Công chúa Huyền Trân sang Champa để kết hôn với Vua Chế Mân. "*Về việc hứa hôn kén rể, vua Chế Mân đã dâng hai châu Châu Ô và Châu Lý (nay là Thuận Châu và Hóa Châu của Việt Nam).*"[23] Ngày nay hai châu Ô, Lý là huyện Thuận Hoá thuộc thành phố Huế. Kể từ đó, cả hai nước đã kết bạn với nhau về một mối, sự hòa bình và hòa hợp này mở rộng đến các khu vực xung quanh.

Thứ hai, để củng cố nền hòa bình lâu dài, Vua Trần Nhân Tông đã thả các tù binh Mông-Nguyên mà quân đội bắt được trong ba cuộc chiến tranh để tạo điều kiện thuận lợi cho quan hệ hòa bình giữa hai nước, một quyết định sáng suốt và mềm dẻo trong chính sách đối ngoại của Đại Việt lúc bấy giờ. Có lẽ, vì thế mà Trần Nhân Tông được thế giới coi là người tiêu biểu nhất cho tinh thần hòa giải xã hội và hòa bình thế giới.

VIII. KẾT LUẬN

Trong lịch sử dân tộc và Phật giáo, Đại đế A-dục và Vua Trần Nhân Tông là những vị hoàng đế kiệt xuất của Ấn Độ và Việt Nam. Các Ngài chủ trương đưa đạo Phật nhập thế, tích cực truyền bá trong nhân dân, phát huy tinh thần hòa hợp trăm họ, xây dựng và vun đắp nền độc lập, tự cường, nhân dân hòa hợp, vua cùng thần hòa hợp, phụ tử hòa hợp, hòa thuận giữa vợ chồng, gia đình và quốc gia. Tư tưởng đó là nguồn gốc sức mạnh trường tồn của dân tộc và theo thời gian đã trở thành truyền thống của dân tộc. Họ đã tạo ra một xã hội văn minh, tốt đẹp dựa trên nền tảng Phật giáo cho chính họ và cộng đồng toàn cầu. Thật vậy, Hoàng đế A-dục và Vua Trần Nhân Tông là những người gìn giữ hòa bình thế giới, sự hòa hợp cho xã hội và "*chỉ có sự chiến thắng của Đạo Pháp mới thực là một cuộc chiến thắng vô thượng; ai ai cũng nhờ cuộc chiến thắng ấy mà được an cư lạc nghiệp.*" (Hoàng đế A-dục)[24]

Cuộc đời của cả hai vị hoàng đế đều là một di sản vô giá cho hậu thế. Các Ngài đã trở thành những nhân vật thế giới,

---

23. https://sdl.thuathienhue.gov.vn/?g=20&cn=1&id=232&tc=4165

24. Thích Nguyên Tạng. Một ông vua hộ trì phật pháp. 09/09/2015. https://thuvienhoasen.org/a23735/dai-de-a-duc-mot-ong-vua-ho-tri-phat-phap

là nguồn cảm hứng cho các thế hệ tương lai.

Kolkata, ngày 02 tháng 07 năm 2023

Ni Sư Tiến sĩ T.N. Giới Hương
huongsentemple@gmail.com

NGUỒN THAM KHẢO

- Aher, D.C. Ashoka the Great. Delhi, India: B.R. Publishing Corporation, 1995.
- Ayyar, Sulochana. Costumes and Ornaments as Depicted in the Early Sculptures of Gwarlior Museum. Delhi, India: Mittal Publications, South Asia Books, 1987.
- Bandarkar, B.R. Ashoka. Kolkata, India: Calcutta University, 1999.
- Bapat, Professor P.V. ed. 2500 Years of Buddhism. India: Department of Information, Government of India, 1959.
- Bhandarakar, D.R. Aśoka. Calcutta, India: Calcutta University Press, 1969.
- Bongard-Levin, G.M. Mauryan India. New Delhi, India: Sterling Publishers, 1985
- Chand, S. Kalinga Rock Edicts–Ancient India. New Delhi, India: S. Chand and Co. Ltd. Publishers, 2008.
- Chauhan, Giand Chand. Origin and Growth of Feudalism in Early India: From the Mauryas to AD 650. Delhi, India: Munshiram Manoharlal Publishers, 2004.
- Đại Việt Sử Ký Toàn Thư (National Bureau for Historical

Record). Lê Văn Hưu, Phan Phu Tiên, Ngô Sĩ Liên. Viện Khoa Học Xã Hội Việt Nam dịch (1985–1992).

https://www.tuvienquangduc.com.au/lichsu/lichsuvieT.N.am/Daivietsukytoanthu.pdf

- Dharmapala, Ven. Maha Thera. Ashoka. Kolkata, India: The Bengal Buddhist Association, 1997.
- Gokhale, Balkrishna Govind. Ashoka Maurya. New York: Twayne Publishers, Inc., 1966.
- H.G. Wells (1866–1946). A Short History of the World. 1922.
- Hạnh, Ven. Thích Nhất, Việt Nam Phật giáo Sử luận (History of VieT.N.amese Buddhism), tập 1,2,3. Nguyễn Lang, Lá Bối. 1973.

  https://langmai.org/tang-kinh-cac/vien-sach/giang- kinh/viet-nam-phat-giao-su-luan/chuong-12-tran-nhan-tong-va-thien-phai-truc-lam/
- Hazra, Kanai Lal. Royal Patronage of Buddhism in Ancient India. New Delhi, India: D.K. Publications, 1984.
- Kiskalar, D.B. "Literary Value of Inscriptions of Ashoka," Journal of Indian History. New Delhi. Mahajan, V.D. Ancient India. New Delhi: S. Chand Publishing, 2016.
- Malasekera, Dr. G.P. ed. Encyclopaedia of Buddhism, Vol. II. Sri Lanka: Government of Ceylon, Colombo, 1967.
- Medhankara, Ven. Dr. Maha Thero. The Great Buddhist Emperors of Asia. Maharashrata, India: Bhoomi Prakashan. Nagpur, 1959.
- Nikam, N.A. and McKeon, Richard, eds. The Edicts of Ashoka. Chicago: University of Chicago Press, 1978.
- Smith, Vincent A. Aśoka and the Buddhist Emperors of India. Delhi: Low Price Publications, 1930.

- Thích Nguyên Tạng. Đại đế A-dục, Một vị vua hộ trì Phật Pháp.

  https://thuvienhoasen.org/a23735/dai-de-a-duc-mot-ong-vua-ho-tri-phat-phap

- Thích Hạnh Thành. Biên Niên Sử Thiền Tông Việt Nam (1010–2000).

- Toàn tập Trần Nhân Tông (Whole Set on Trần Nhân Tông) Lê Mạnh Thát, Third Edition. Viện Nghiên Cứu Phật Học Việt Nam. NXB Phương Đông. 1999.

- Trần Nhân Tông - Đức Vua Sáng Tổ Một Dòng Thiền (Trần Nhân Tông, The King Who Founded a Zen School). Translation and commentary by Nguyen Giac.

  https://thuvienhoasen.org/a11751/tran-nhan-tong-duc-vua-sang-to-mot-dong-thien-nguyen-giac

- Thích Thanh Từ. VieT.N.amese Zen in the Late Twentieth Century. https://thientruclam.info/ht-thich-thanh-tu/thien-tong-viet-nam-cuoi-the-ky-20. NXB Hồng Đức. 2016.

  https://hoavouu.com/a48178/bien-nien-su-thien-tong-viet-nam-1010-2000

- Thơ Văn Lý Trần. Nguyễn Huệ Chi. NXB Khoa Học Xã Hội. Hà Nội 1988.

- Thiền Uyển Tập Anh. Dịch giả Nguyễn Huệ Chi. Phân viện Nghiên cứu Phật Học. NXB Văn Học. Hà Nội 1990.

  http://thuongchieu.net/index.php/phapthoai/suong/1960-pht-giao-thin-tong-vit-nam

2

NHỮNG ĐÓNG GÓP CỦA PHẬT GIÁO CHO HÒA BÌNH THẾ GIỚI

Tiến sĩ Siddharth M. Jondhale

MD, PhD, DSc, DLit

Giám đốc Trung tâm Nghiên cứu Siddharth

Người đoạt giải Albert Schweitzer, 2011

Tóm tắt

Sự toàn giác của Đức Phật mang lại hòa bình và Vi Diệu Pháp (*Abhidhamma*) khoa học cho cuộc cách mạng của thế giới. Hiểu về công trình vĩ đại của Vi Diệu Pháp (*khoa học siêu hình Phật giáo*) là vô cùng quan trọng để nắm rõ bản chất thực tại. Hòa bình là khái niệm về tính liên kết và sự hòa hợp xã hội, không có sự thù địch và bạo lực. Trong ý nghĩa xã hội, hòa bình là không có xung đột (chiến tranh) không còn lo sợ bạo lực giữa các cá nhân hoặc hội nhóm.

Con đường hòa bình của Phật giáo là thấu hiểu, chấp nhận, áp dụng *kenāchidhammā, tisso vijjya, abāyaktādhammā, sōtapanna, sakadāgāmi, anāgāmi, arahatta, và arammaṇapaccayo* (cảnh duyên), *aññamaññapaccayo* (hỗ tương duyên), *adhipatipaccayā* (tăng thượng duyên) để tạo dựng hòa bình cho nhân loại và vì hòa bình thế giới.

Nhận thức luận Phật giáo, vũ trụ học Phật giáo và khoa học siêu hình Phật giáo mang lại hòa bình Phật giáo. Sự toàn giác của Đức Phật có thể kiến tạo cuộc cách mạng tâm linh trên thế giới. Vi Diệu Pháp dạy 24 duyên (*paccaya*), cung cấp việc nghiên cứu về nhân duyên bao gồm sự tiến hóa, biểu hiện và pháp học (*pariyatti*), thế giới vũ trụ vô tận (*bản chất*), con đường tu tập (*pātipada*), pháp thành (*paṭivedha*). Đức Như Lai nói tâm rất quan trọng cho sự giác ngộ. Tâm chứa đựng bản chất vốn có/bổn tâm của con người.

Vi Diệu Pháp là vốn có và bộc lộ tính năng động vô hạn trong tự nhiên. Nó mô tả mối quan hệ vĩnh cửu của tâm trí con người ở cấp độ vũ trụ, cấp độ ý thức và cấp độ vật lý. Sự toàn giác của Đức Phật bao hàm trong *pháp học (pariyātidhammā), pháp hành (paṭipadādhammā) và pháp thành (paṭivedhadhammā)*. Đức Phật đã đưa ra những giáo lý tối thượng về bản chất của tâm trí và thực tại, vũ trụ quan cho cuộc cách mạng vì hòa bình và trí tuệ thế gian cũng như vì lợi ích của thế giới.

Sự toàn giác của Đức Phật với những đóng góp của Phật giáo cho hòa bình thế giới

*Pháp học (*pariyātidhammā*), pháp hành (*paṭipadādhammā*), pháp thành (*paṭivedhadhammā*) với ārammaṇapaccayo (*cảnh duyên*)* và vũ trụ quan Phật giáo thuộc về vũ trụ học vô biên, chúng tương quan với các mối quan hệ có điều kiện và Vi Diệu Pháp, tất cả điều đó đại diện cho sự bình an và toàn giác của Đức Phật. Đây là mối tương quan giữa sự toàn tri của Đức Phật vì hòa bình thế giới và cuộc cách mạng khoa học xã hội Phật giáo đối với sức khỏe, chữa bệnh và đời sống hàng ngày.

Khoa học siêu hình Vi Diệu Pháp có mối liên hệ qua lại giữa cảm giác và cuộc sống hàng ngày. Tầm quan trọng đối với thọ *(vedanā)*; mọi cảm thọ khởi lên trong tâm đều có thể được thể hiện bằng những cách thức của ý thức. Cảm giác Vi Diệu Pháp về con đường vũ trụ có những mối liên hệ vĩnh cửu với duyên khởi. Vì vậy, thọ *(vedanā)* biểu thị bản chất thuộc về vũ trụ học vô tận. Thiện pháp *(Kusalādhammā)* là để thực hành trong đời sống hàng ngày. Thiện pháp *(Kusalādhammā)* là những phẩm chất tự nhiên của tâm, tượng trưng cho hòa bình.

Những nghiên cứu từ Vi Diệu Pháp: Sotāpanna (*Vị Nhập lưu*) là bản chất của con người có thể phát triển những phẩm chất tâm linh vĩ đại trong tâm vốn là biểu tượng của hòa bình. Cho nên, Vi Diệu Pháp là những biểu hiện của vũ trụ -hòa bình siêu hình học, biểu hiện của thiên nhiên-hòa bình.

Ý thức siêu hình tâm linh vô tận: khoảnh khắc đầu tiên của sự chứng ngộ gọi là "nhập lưu đạo". Ai trải nghiệm trạng thái này gọi là bậc Thánh Nhập lưu *(sotāpanna)*. Ẩn dụ này thể hiện sự bình an – ý thức siêu hình tâm linh vô hạn, sự hiểu biết và thích nghi vô hạn, việc áp dụng năm giới (ngũ giới, pháp học, pháp hành, pháp thành) trong đời sống hàng ngày, tức là biểu hiện của dòng tâm thức và biểu tượng của hòa bình. Hetupaccayo *(Nhân duyên)* mà từ đó ārammaṇapaccayo

"Cảnh Duyên" phát sinh là những biểu hiện của vũ trụ học Phật giáo vô hạn, cũng như thiên nhiên.

Vũ trụ luận của Vi Diệu Pháp phản ánh sự toàn giác của Đức Phật – bản chất có thể được phân tích thông qua tâm tái sinh. Vi Diệu Pháp, các mối quan hệ duyên khởi năng động và duyên khởi trong các mối quan hệ duyên khởi vô hạn của Phật giáo có bản chất năng động và phản ánh sự toàn tri của Đức Phật.

Mối tương quan giữa sự toàn giác của Đức Phật và thiền định

Vì hòa bình và hạnh phúc, việc thực hành hơi thở chánh niệm hàng ngày là nguyên tắc vĩ đại và khoa học vì lợi ích của thế giới. Hiểu được khoa học siêu hình vĩ đại của Phật giáo là điều quan trọng đối với nhân loại và sự tiến triển của hòa bình thế giới.

Phương pháp thích ứng để có được hòa bình hàng ngày

Hàng ngày suy ngẫm sâu sắc về cách thức tổng thể của lời dạy khoa học Phật giáo, kenāchidhammā, thuộc về việc hình thành bình yên trong tâm mỗi ngày.

Thực hành từ bi là adhipatipaccaya *(tăng thượng duyên)*. Từ bi thuộc về việc chuyển hóa sân hận, thù địch và ghen tị thành tình thương, tha thứ và yên tĩnh trong con người bằng cách sử dụng các phương pháp thực hành của cuộc cách mạng xã hội khoa học Phật giáo.

Thiền hơi thở chánh niệm, năng lượng tự nhiên toàn diện để thực hành hàng ngày, kenāchidhammā, sotapanna, sakadāgāmi, anāgāmi, arahatt, ārammaṇapaccayo *(cảnh duyên)*, aññamaññapaccayo *(hỗ tương duyên)* và adhipatipaccaya *(tăng thượng duyên)*.

Đức Phật dạy suy nghĩ chánh niệm thuộc về việc hình thành một sáng tạo mới của tư tưởng vì hòa bình, sức khỏe, và cho vũ trụ cũng như cho thềm thang Niết Bàn. Đây là cơ chế của thân và tâm. Suy nghĩ với chánh niệm, thở với năng lượng tự nhiên của kenāchidhammā, để tạo ra sự bình yên mới trong tâm. Đó là nếp sống tu tập của người con Phật để có năng lượng tự nhiên hàng ngày.

Kết luận

Sự toàn tri của Đức Phật cho thấy mối tương quan giữa hòa bình thế giới và cuộc cách mạng xã hội khoa học Phật giáo. Hòa bình là khái niệm về tính liên kết và sự hòa hợp xã hội khi không có sự thù địch và bạo lực.

Trong ý nghĩa xã hội, hòa bình thường được dùng với nghĩa là không có xung đột (chiến tranh) và không còn lo sợ bạo lực giữa các cá nhân hoặc hội nhóm. Hiểu, chấp nhận, ứng dụng kenāchidhammā sōtapanna, sakadāgāmi, anāgāmi, arahatta và ārammaṇapaccayo *(cảnh duyên)*, aññamaññapaccayo *(hỗ tương duyên)*, adhipatipaccaya *(tăng thượng duyên)* để tạo dựng hòa bình cho nhân loại.

Lời cảm tạ

Pháp huynh thân mến của tôi,

Hòa thượng Tiến sĩ Buddha Priya Mahathero, xin tri ân sự gia trì, tình thương và lòng bi mẫn của Ngài dành cho tôi cũng như công việc nghiên cứu Vi Diệu Pháp của tôi.

TÀI LIỆU THAM KHẢO

- The Pali Tripitaka
- Wikipedia, The Free Encyclopedia.

  https://en.wikipedia.org/w/index.php?title=Peace&oldid=1169512135

3

PHẬT GIÁO VÀ DÂN TỘC BENGAL: SỨ MỆNH PHÚC LỢI XÃ HỘI CỦA HỘI SIDDHARRTH VÀ NGƯỜI SÁNG LẬP

Tiến sĩ Palash Bandyopadhyay

Bác sĩ kiêm Nhà văn, Kolkata, Ấn Độ

Phật giáo tự nó không là tôn giáo, thay vào đó, Phật giáo là triết lý, theo nghĩa rộng hơn - triết lý về hòa bình, tình yêu và tình huynh đệ đại đồng. Hòa bình được định nghĩa và giải thích theo nhiều cách. Trong ý nghĩa sâu sắc hơn, hòa bình biểu thị sự hạnh phúc và hòa hợp giữa các chúng hữu tình. An lạc là sống hòa hợp với chính mình và người khác. Hòa bình, giống như năng lượng, không nhìn thấy được nhưng sự tồn tại của nó được tâm trí cảm nhận và bị đe dọa bởi bạo lực, ngờ vực, thù địch, đổ máu và chiến tranh. Phật giáo giải thích hòa bình là trạng thái nội tâm tĩnh lặng và lan tỏa ra bên ngoài. Hiểu hòa bình là không có bạo lực chỉ là một tầm nhìn hạn hẹp. Đạt được trạng thái tinh thần bình an nội tâm có thể và phải là mục tiêu tối thượng của mỗi con người.

Theo triết lý Phật giáo, bình yên nội tâm chỉ có thể được bảo đảm bằng hành thiền, điều cuối cùng là nguồn cảm hứng cho thế giới không có chiến tranh.

Trong hầu hết các bài giảng của mình, Đức Phật nhấn mạnh việc thực hành Thiền Tứ Niệm Xứ *(vipassana)* giúp nhổ bật gốc rễ những phiền não trong tâm, theo quan điểm của Ngài, đó là nguyên nhân gây ra đau khổ và bất an về tinh thần. Một khi đã vượt qua đau khổ, trạng thái tinh thần bình yên sẽ được cảm nhận. Bình yên nội tâm có đặc điểm độc đáo là hướng ngoại, hướng tới gia đình, bạn bè và xã hội rộng lớn hơn, đảm bảo hòa bình và hòa hợp ở thế giới bên ngoài.

Bây giờ, trước khi thảo luận, xin cùng nhắc thêm về lý Tứ Diệu Đế và Bát Thánh Đạo. Đó là sự thực hành con đường tối hậu của Niết Bàn - trạng thái siêu việt trong đó vắng mặt đau khổ, dục vọng, cũng không có cảm giác về bản ngã, và đối tượng được giải thoát khỏi ảnh hưởng của nghiệp báo và vòng luân hồi sinh tử. Niết bàn đại diện cho mục tiêu cuối cùng của Phật giáo.

Tứ Diệu Đế được Đức Phật chứng ngộ khi thiền định 49 ngày dưới cội cây Bồ Đề tại Bồ Đề Đạo Tràng và được Ngài giảng đầu tiên cho những người bạn đồng hành khổ hạnh với Ngài, năm anh em Kiều Trần Như tại Vườn Nai, Isipatana *(Sarnath ngày nay)* gần Benaras *(Varanasi)*. Đó là dukkha *(khổ đế)*, samudaya *(tập đế)*, nirodha *(diệt đế)* và magga *(đạo đế)*.

Đạo đế là tám con đường chân chánh (*astangik marg*). Đó là chánh kiến, chánh tư duy, chánh ngữ, chánh nghiệp, chánh mạng, chánh tinh tấn, chánh niệm và chánh định.

Ở Ấn Độ, Phật giáo là biểu tượng nổi bật của truyền thống sống hòa bình, an tịnh và hòa hợp. Chủ nghĩa nhân văn, cốt lõi trong giáo lý của Đức Phật, đã vượt qua mọi rào cản chủng tộc và quốc gia. Nhưng tiếc thay hôm nay, kịch bản đã khác. Giờ đây, chúng ta đang phải chịu đựng sự kiệt quệ về tinh thần, sự gia tăng tính ích kỷ trong mỗi cá nhân lẫn tập thể, khiến lý tưởng về một xã hội thế giới khó đạt được.

Cách cư xử hòa bình, hy sinh, từ bi và bác ái của Đức Phật đã mô phỏng cuộc đời của nhiều vị thánh Ấn Độ thời trung cổ cũng như Ấn Độ hiện đại. Chính sách đối ngoại được Ấn Độ tuyên bố dựa trên Năm giới *(panchashila)*. Đây là thuật ngữ Phật giáo cho phép khả năng chung sống hòa bình giữa những người thuộc các hệ tư tưởng khác nhau. Phật giáo có mối liên hệ mật thiết với hòa bình. Phật giáo chỉ dùng ***một thanh kiếm, thanh kiếm trí tuệ*** *và chỉ nhận ra một* ***kẻ thù duy nhất đó là vô minh***.

Thông điệp của Phật giáo và các nguyên tắc nền tảng của nó *(maitri)* mang ý nghĩa mới trong thời điểm hiện tại. Ngay cả nền hoà bình mà UNO nói đến cũng chỉ là dấu hiệu cho thấy thế giới đang dần dần tiếp cận niềm tin vào khái niệm Phật giáo.

Mặc dù, hòa bình thế giới ngày nay dường như chỉ là chuyện viễn vông, một ảo ảnh, nhưng bất chấp sự đa dạng về chủng tộc, tôn giáo, hệ tư tưởng, v.v., người dân trên toàn thế giới vẫn không ngừng tìm kiếm hòa bình và hạnh phúc. Chủ nghĩa nhân đạo quốc tế, bất bạo động và hòa bình thế giới là những nhu cầu cấp thiết của thế giới ngày nay. Vấn đề hòa bình, dù của cá nhân hay quần chúng, cơ bản vẫn là vấn đề của tâm. Đó là trạng thái tích cực của tâm, là tiền thân của hòa bình.

Phần lớn thế giới ngày nay là không gian sống của những kẻ vô chính phủ và những kẻ tạo ra bạo lực. Trong bối cảnh này, Phật giáo không chỉ nâng đỡ cộng đồng của họ mà còn nâng đỡ toàn thể nhân loại lên trên và vượt ra khỏi vô minh, sợ hãi và cô lập, vốn là những yếu tố gây bất ổn trên toàn thế giới. Đức Phật nhận ra rằng thế giới hòa bình chỉ có được khi nhân loại hạnh phúc và không có căng thẳng. Nếu con người loại bỏ mọi ác ý, sân hận, ham muốn thấp hèn, tư tưởng xấu xa và thanh lọc tư tưởng, dục vọng của mình với hạnh phúc trọn vẹn thì thế giới sẽ bình yên trở lại.

Bằng cách này, Phật giáo nâng cao khuynh hướng nhân văn trong nhân loại với sự trợ giúp của đạo đức, lòng từ bi và thiền định. Trong thế giới đang thay đổi ngày nay, Phật giáo có rất nhiều đóng góp vào việc thiết lập hòa bình thông qua khái niệm thịnh vượng chung của Phật Pháp.

Trong một số kinh điển Phật giáo nguyên thủy, các tác phẩm triết học và văn học Đại thừa sau này, có một số đề cập cụ thể đến hòa bình. Những tác phẩm Phật giáo nguyên thủy như Kimsita Sutra của Cullavagta khẳng định chắc chắn mối liên hệ giữa thiền định, tuệ tri và hòa bình.

Ba bản kinh Mahavagga, hầu hết các kinh của Atthaka Vagga, và toàn bộ chương của Parayanavagga đều ủng hộ quan niệm của Phật giáo về hòa bình là sự đạt được tự do tinh thần hoàn toàn của mỗi cá nhân. Khái niệm hòa bình của Phật giáo cũng được trình bày trong hai tác phẩm Phật giáo quan trọng là Saddharmapundarika Sutra *(Kinh Pháp Hoa)* và Kalachakra Tantra *(Mật Pháp Thời Luân)*.

Lịch sử Phật giáo Ấn Độ

Bối cảnh lịch sử tạo nên sự phát triển của Phật giáo vào

thế kỷ thứ VI trước Công nguyên là kết quả của sự phát triển lực lượng sản xuất ở khu vực Bắc Ấn Độ, nơi chứng kiến sự trỗi dậy của các quyền lực nhà nước tàn nhẫn trên sự suy tàn của xã hội bộ lạc.

Phật giáo là tôn giáo cổ của Ấn Độ phát sinh trong và xung quanh Vương quốc Magadha cổ đại (nay thuộc Bihar, Ấn Độ), và dựa trên lời dạy của Đức Phật, người được coi là "Đức Phật" mặc dù giáo lý Phật giáo cho rằng trước đây đã có những vị Phật trong quá khứ. Phật giáo được lan rộng ra ngoài Magadha bắt đầu từ thời Đức Phật Thích Ca đến nay.

Đại bảo tháp ở Sanchi, Madhya Pradesh, là thánh địa Phật giáo ở Ấn Độ. Tháp Đại Giác (Mahabodhi Temple) là Di sản Thế giới được UNESCO công nhận, cũng là một trong bốn thánh địa liên quan đến cuộc đời Đức Phật Thích Ca, đặc biệt là đây là nơi Đức Phật thành đạo. Ngôi chùa đầu tiên được xây dựng bởi Hoàng đế A-dục vào thế kỷ thứ ba trước Công nguyên và ngôi chùa hiện tại có niên đại từ thế kỷ thứ năm hoặc thứ sáu Công nguyên. Đây là một trong những ngôi chùa Phật giáo sớm nhất được xây dựng hoàn toàn bằng gạch vẫn còn tồn tại ở Ấn Độ từ cuối thời Gupta.

Trong thời trị vì của Hoàng đế A-dục, Mauryan, cộng đồng Phật giáo chia thành hai nhánh: Đại Chúng Bộ *(Mahāsāṃghika)* và Thượng Tọa Bộ *(Sthaviravāda)*, mỗi nhánh lan rộng khắp Ấn Độ và chia thành nhiều nhánh nhỏ. Trong thời hiện đại, có hai nhánh chính của Phật giáo tồn tại: Nguyên thủy ở Sri Lanka và Đông Nam Á, và Đại thừa trên khắp dãy Himalaya và Đông Á. Truyền thống Phật giáo Kim Cương thừa đôi khi được phân loại là một phần của Phật giáo Đại thừa, nhưng một số học giả coi đó hoàn toàn là một nhánh khác.

Việc thực hành Phật giáo mất đi vị thế ở Ấn Độ vào khoảng thế kỷ thứ bảy CN, sau sự sụp đổ của Đế chế Gupta. Nguyên nhân làm giảm vị thế của Phật giáo là có sự tham nhũng trong

Tăng đoàn Phật giáo, chia rẽ giữa các Phật tử, sử dụng ngôn ngữ tiếng Phạn, thờ Phật, đàn áp Phật tử, xâm lược của người Hồi giáo, phục hưng và cải cách Bà La Môn giáo thuộc hệ thống Vệ đà.

Quốc gia lớn cuối cùng ủng hộ Phật giáo, Đế quốc Pala, đã sụp đổ vào thế kỷ 12. Vào cuối thế kỷ XII, Phật giáo phần lớn đã biến mất khỏi Ấn Độ, ngoại trừ khu vực Himalaya và những tàn tích biệt lập ở các vùng phía Nam Ấn Độ. Tuy nhiên, kể từ thế kỷ XIX, các cuộc phục hưng hiện đại Phật giáo bao gồm Hội Đại Bồ Đề, phong trào Vipassana và phong trào Phật giáo Dalit do B. R. Ambedkar dẫn đầu. Phật giáo Tây Tạng cũng có sự phát triển, sau khi Trung Quốc sáp nhập Tây Tạng vào năm 1950. Theo điều tra dân số năm 2011, có 8,4 triệu Phật tử ở Ấn Độ (0,70% trong tổng dân số).

Phật tử Bengali

Phật tử Bengali là một nhóm nhỏ tôn giáo của người Bengal tuân thủ hoặc thực hành tôn giáo Phật giáo. Người theo đạo Phật Bengali chủ yếu sống ở Bangladesh và các bang Tây Bengal cùng Tripura của Ấn Độ.

Tổng dân số:

Banglades; 350.000

Ấn Độ 408.080 (Tây Bengal: 282.898) và Tripura (125.182)

Ngôn ngữ là tiếng Bengali (bản địa), Phạn, Pali (liturgical, thuộc tôn giáo), English và Hindi.

Phật tử Bengali thường là tín đồ của truyền thống Nguyên thủy.

Phật giáo có một di sản văn hóa cổ xưa phong phú ở Bengal. Khu vực này từng là pháo đài của đế chế Phật giáo

Ma-kiệt-đà *(Mauryan)* và Palan cổ đại khi các trường phái Đại thừa và Kim cương thừa phát triển mạnh mẽ. Vương quốc Phật giáo thời trung cổ Mrauk U trong thế kỷ XVI và XVII cai trị phía Đông Nam Bengal. Vua (Raja) của nước Anh ảnh hưởng đến sự xuất hiện của cộng đồng hiện đại.

Siddharth Hội Phúc Lợi Xã Hội Thống Nhất (Siddharth United Social Welfare Mission, viết tắt SUSWM) ở Tây Bengal do Hòa thượng Buddha Priya Mahathero thành lập, là một tổ chức có uy tín quốc tế về cung cấp các dịch vụ từ thiện. Sứ mệnh phúc lợi xã hội của Siddharth United được dành riêng cho mục đích cao cả là hỗ trợ những trẻ em bị tước đoạt các quyền cơ bản trong cuộc sống. Có ba trung tâm do tổ chức này điều hành đồng thời ở ba vùng của Ấn Độ với trụ sở chính tại Chinar Park, Kolkata. Hội giúp trẻ em, dân tộc bộ lạc và học sinh nghèo bằng cách cung cấp giáo dục, nơi ở, thức ăn dinh dưỡng, sức khỏe, hướng dẫn thiền định và các nhu cầu khác.

Hòa thượng Buddha Priya Mahathero là người sáng lập tổ chức. Ngài đang thực hiện một công việc vĩ đại nhằm kết hợp tinh thần từ bi với phục vụ nhân đạo. Ngài là một vị tu sĩ đạo hạnh, không kẹt thành kiến hay bè phái. Ngài là một tu sĩ có tư tưởng rất phóng khoáng và tôn trọng sâu sắc mọi hệ phái tôn giáo. Do đó, Ngài có một số lượng lớn Chư tôn đức Tăng Ni và Phật tử ủng hộ trên nhiều nước. Các vị ấy ấn tượng trước hoạt động nhân đạo đặc biệt mà Ngài đã thực hiện ở Ấn Độ, đặc biệt là trong việc nuôi dưỡng hơn một trăm cậu bé mồ côi người dân tộc. Ngài và hội SUSWM đã đang chu cấp về thực phẩm, chỗ ở, học tập và các nhu cầu khác cho trẻ mồ côi. Chính bằng cách phục vụ nhân loại, Ngài muốn trái tim của mọi người cùng hoà điệu vì một thế giới tốt đẹp hơn.

TÀI LIỆU THAM KHẢO

- Ambedkar, B.R. 1996. Bauddha Dharma O Darshan. Mahabodhi Book Agency, Kolkata.
- Barua, Rudiak Kumar, Buddhist Philosophy. India.
- Barua, Sukomal. 2022. Bharate Bauddha Dharmer Itihas, Bangladesh: Dhaka University.

  https://baruasamaj.com/2022/07/30/bharate-bauddha-dharmer-itihas/
- Brainwave: A Multidisciplinary Journal, Vols 1–5.
- Brammachary, Pandit Silananda. 2011. Mahasanti Mahaprem. Kolkata: Maha Bodhi Book Agency.
- Das, Asha. 2013. Bauddha Darshan O Rabindranath. India: Calcutta University.
- Dev, Acharya Narendra. 2015. Bauddha Dharma Darshan. (Hindi) Vols. 1–6. India: Motilal Banarsidass Publishing House.
- Mahasthavir, Pandit Dharmadar. 1994. Dhammapada, Dharmadhar Bouddha Grantha Prakasani, Calcutta.
- Sankrityayan, Mahapandita Rahul. 2016. Buddhist Philosophy Haoladar Prakasani, Bangladesh.
- Sen, Ranabrata, ed. 1968. Dhammapada. Haraf Prakasani, Kolkata.
- Sherab, Khenchen Palden Rinpoche and Dongyal, Khenpo Tsewang Dongyal Rinpoche. 1997. The Light of Peace, 2nd ed. New York: Padmasambhava Buddhist Centre, 7, 13, 22.
- Tagore, Rabindranath. 1984. Maitri Bhavana O Bauddha Darshan. Shantiniketan, India: Visva Bharati University.

- Vivekananda, Swami. 1998. Buddha o Bauddha Dharma. West Bengal, India: Belur Math.
- Wikipedia, The Free Encyclopedia. "2011 Census of India,"

  https://en.wikipedia.org/w/index.php?title=2011_Census_of_India&oldid=116867815 9 (accessed August 9, 2023).

4

ĐỨC PHẬT - CHỦ NGHĨA NHÂN VĂN LAN TỎA

Cựu Thẩm phán Arunabha Barua
Tòa án Tối cao Calcutta

Namo Tassa Bhagavato Samma Sambuddhassa
Cúi đầu đảnh lễ Đấng Từ Tôn,
Bậc Chánh Biến Tri đáng cúng dường.

Vào ngày trăng tròn tháng 5 năm 623 trước Công nguyên, tại Vườn Lumbini ở Kapilavatthu, biên giới Ấn Độ thuộc Nepal ngày nay, đã sinh ra một hoàng tử cao quý, người được mệnh danh là vị thầy tôn giáo vĩ đại nhất thế giới. Swami Vivekananda – người rất có uy tín của Học viện Truyền giáo Ramkrishna nổi tiếng của Ấn Độ đã thực sự nói đúng rằng Đức Phật là "Nhà nhân văn vĩ đại nhất trên Trái đất."

Thực sự mà nói, "Phật giáo" không phải là học thuyết của thần thánh, không phải là khoảnh khắc kỳ diệu của sự may mắn từ trên trời rơi xuống. Phật giáo là những bài học cuộc sống, thanh bình và cao thượng. Về cơ bản Phật giáo thiêng liêng mà không có bất kỳ thiêng liêng nào được tuyên bố. Với Phật giáo, "hành động là đáng kính ngưỡng," con người tạo ra số phận của chính mình. Phật giáo chủ trương hòa bình, bất bạo động, hòa hợp và hạnh phúc cho nhân loại nói chung thông qua các hoạt động nhân đạo. Đây là nhu cầu cấp thiết hiện nay trên toàn thế giới.

Sự vĩ đại của Đức Phật nằm ở chỗ Ngài đã tuyên bố cho thế giới về những khả năng tiềm ẩn và sức mạnh vô thượng của trí tuệ con người. Ngài chỉ cho chúng ta thấy con đường giải thoát khỏi vòng luân hồi đau khổ, già nua, bệnh tật và chết chóc bằng cách đạt được hạnh phúc vĩnh cửu ***"Niết Bàn"*** bằng chính nỗ lực của chính mình mà không lệ thuộc vào Thượng Đế nào. Đức Phật đã giới thiệu một lý tưởng cao thượng vị tha phục vụ nhân loại.

Nhà thơ Tagore nổi tiếng thế giới, được giải thưởng Nobel vẻ vang, trong số rất nhiều bài thơ xuất sắc và hoa mỹ, ông quy phục và tán dương về Đức Phật như sau:

Lạy Phật, Đấng Từ Tôn, Thầy của con,
Xóa bỏ bóng tối của mọi tội lỗi,
Chiến thắng thuộc về Ngài
Rưới nước lên thế giới
Của cuộc sống vĩnh hằng
Bạn là suối nguồn bình yên

Phúc lợi, thánh thiện, tình thương.

(Buddhadeva của Tagore)[25]

Hiện nay, nhà nhân văn là một người đơn giản sẽ làm tất cả vì lợi ích và phúc lợi cho con người, cho xã hội và nhân loại nói chung mà không bao giờ cần đến những nghi thức và nghi lễ tôn giáo chính thống, hay những ý tưởng và tín ngưỡng cố định. Người theo chủ nghĩa nhân văn nhất thiết phải có lòng nhân ái, nhân hậu, bao dung, thông cảm và đồng cảm với những người đi theo mình, không kiêu ngạo, sân hận hay tự cao (*cái tôi*). Vị ấy thực sự cống hiến hết mình để phục vụ nhân loại một cách vị tha. Chủ nghĩa nhân văn tuyên truyền, cùng với những chủ nghĩa khác, sự bình đẳng, tự do và tình huynh đệ cho tất cả mọi người trong một xã hội văn minh, không phân biệt đẳng cấp, tín ngưỡng, tôn giáo và giới tính của họ. Đức Phật là một trong những vị thầy vĩ đại nhất của chủ nghĩa nhân văn, của "Phật giáo nhân văn" với những giới luật và tu tập vô giá của Ngài cũng như những quy tắc ứng xử trong cuộc sống hàng ngày của chúng ta nhằm đạt được hòa bình, hòa hợp và hạnh phúc lâu dài.

Trong mối liên hệ này, "Phật giáo nhân văn" chủ yếu gắn liền với yếu tố tuyệt vời, gọi là tâm từ trong tiếng Pali. Nó có ý nghĩa và biểu thị lòng nhân ái, rộng lượng, thiện chí, và ý thức về tình yêu phổ quát đối với tất cả chúng sinh trên trái đất, bao gồm cả động vật. Vì vậy, Đức Phật khuyên:

Như người mẹ luôn bảo vệ đứa con duy nhất của mình
dù có nguy hiểm đến tính mạng của chính mình,
thậm chí như vậy chúng ta cũng nên nuôi dưỡng
lòng từ bi vô biên hướng tới mọi sinh vật.

(Piyadassi, 2011)

25. Tagore, Rabindranath. 1934. Buddhadeva. India: Shantiniketan Press.

Cùng với điều này, một đặc điểm tuyệt vời khác của Phật giáo là ahimsa hay karuna, đó là sự vô hại hay lòng từ bi. Karuna là sự mềm mại của trái tim, không thể chịu đựng nỗi đau khổ của người khác. Nó chắc chắn thúc đẩy chúng ta cố gắng hết sức và giúp đỡ những người bị áp bức và đau khổ, hàng trăm, hàng nghìn đàn ông, phụ nữ và trẻ em của chúng ta, đang âm thầm chịu đựng khi là nạn nhân của sự tàn bạo, tàn ác và bạo lực do những người giàu có và quyền lực gây ra đối với người nghèo, bất hạnh từ ngày này qua ngày khác trong vô vọng. Đức Phật đã không ngừng chỉ ra cho nhân loại và toàn thế giới cách đạt được sự chấm dứt đố kỵ, hận thù và ác ý, dẫn đến bạo lực vô tâm, khủng bố, chết chóc và hủy diệt.

Thật vậy, chúng ta có thể nghĩ sâu sắc rằng chính tâm là người bạn tốt nhất, nhưng cũng là kẻ thù tồi tệ nhất của chúng ta. Đó là lý do tại sao, trong việc thuyết giảng và thực hành Phật giáo, chánh niệm và thiền định là hai phương cách song hành chiếm ưu thế tối cao để đi đúng đường (chánh kiến) và đạt được cột mốc hạnh phúc vĩnh cửu - Niết Bàn.

Sabbe Satta Sukhita Hantu

Cầu chúc cho tất cả chúng sanh đều được hạnh phúc!

TÀI LIỆU THAM KHẢO

- Barua, Dipak Kumar. 2015. *Buddhist Philosophy.* Createspace Publishing, California, USA.

- Sherab, Khenchen Palden Rinpoche and Dongyal, Khenpo Tsewang Dongyal Rinpoche. 1997. *The Light of Peace,* 2nd ed. New York: Padmasambhava Buddhist Centre, 7, 13, 22.
- Sherab, Khenchen Palden Rinpoche and Dongyal, Khenpo Tsewang Dongyal Rinpoche. 2019. *The Light of Peace: How Buddhism Shines in the World,* New York: Padmasambhava Buddhist Centre.
- Mahasthavir, Pandit Dharmadar. 1994. *Dhammapada*, Dharmadhar Bouddha Grantha Prakasani, Calcutta-15.
- Piyadassi, Maha Thera. 2011. *The Book of Protection*. Sri Lanka: Buddhist Publication Society, Inc.
- Sen, Ranabrata, ed. 1968. *Dhammapada*, Haraf Prakasani, Kolkata.
- Tagore, Rabindranath. 1984. *Maitri Bhavana O Bauddha Darshan*. Shantiniketan, India: Visva Bharati University.
- Tagore, Rabindranath. 1934. *Buddhadeva.* India: Shantiniketan Press.
- Vivekananda, Swami. 1996 (8th ed.). *Buddha o Bauddha Dharma*. West Bengal, India: Belur Math.

5

HÒA BÌNH THẾ GIỚI VÀ HÒA HỢP XÃ HỘI

Shri Kishore Bhattacharya

Trợ lý Giảng viên, Visva Bharati,
Santiniketan 731235,
Birbhum, WB, Ấn Độ

Chúng ta gọi Mahatma Gandhi là người đề xướng cuộc cải cách về hòa bình và bất bạo động. Tuy nhiên, người cha của dân tộc, về nhiều phương diện, là người kế thừa của Đức Phật và là người kế thừa truyền thống Phật giáo vĩ đại. Hơn 2600 năm trước, Đức Phật đã dạy cho toàn thể nhân loại những bài học về hòa bình và bất bạo động. Quả thực, Đức Phật là "adipurush" của hòa bình, tình yêu và bất bạo động - một biểu tượng của hòa bình và hòa hợp xã hội. Đã đến nửa sau của thế kỷ XXI, điều bắt buộc là phải ước định hoặc đánh giá lại liệu quan điểm và ý tưởng của Phật giáo có còn phù hợp với ngày nay hay không.

Từ bỏ, giải thoát và giác ngộ

Điều đầu tiên gây ấn tượng với chúng ta về Đức Phật là hành động từ bỏ của Ngài. Đối với một số người, điều đó thật khó hiểu khi họ nghĩ rằng là Thái tử của một vị vua, Ngài lẽ ra có thể tận hưởng mọi thú vui trên thế giới - những thú vui cả vật chất và tinh thần. Những người này không hiểu rằng không có sự tự giác ngộ nếu không có sự từ bỏ. Con đường đưa tới giác ngộ nằm ở sự xuất ly thế gian. Đức Phật vĩ đại không thể đạt được giác ngộ bằng cách tận hưởng những thú vui trần thế. Quan trọng hơn, Ngài đã rời bỏ gia đình để hướng tới sự tốt đẹp và giải thoát cho nhân loại, để hiểu được những bí ẩn sâu xa hơn của cuộc sống. Nhiều câu hỏi khởi lên như tại sao có tuổi già và bệnh tật hay tại sao một ông già lại đau khổ, không thể nào nảy ra trong tâm Ngài nếu Ngài đắm mình trong những thú vui trần tục. Nói cách khác, Đức Phật đã từ bỏ thế gian để tìm phương cách cho nhân loại khỏi thống khổ và phiền muộn. Ở đây Chúa Giêsu Kitô và đạo Thiên Chúa có cùng quan điểm với Đức Phật và đạo Phật. Cả Đức Phật và Chúa Kitô đều chịu đau khổ để chấm dứt những đau khổ của thế giới.

Phật tử chân chính là ai?

Sự giác ngộ, một trạng thái tâm lý nội tâm của hòa bình, tri thức và trí tuệ là chìa khóa của Phật giáo. Và giáo lý của Phật giáo rất phóng khoáng đến nỗi nó nhấn mạnh rằng người ta có thể đạt được giác ngộ không phải bằng cách thực hành những nghi lễ sai lầm và tầm thường mà bằng thực hành đạo đức, thiền định và sự chân thật. Bất cứ ai, dù cao hay thấp, giàu hay nghèo, đều có thể tiếp cận được "chân lý" nếu họ sống lương thiện và trung thực. Theo nghĩa rộng hơn, tất cả chúng ta đều là "Phật tử" vì tất cả các tôn giáo trên thế giới đều nói về chân lý và sự giác ngộ là chìa khóa cho sự phát triển tinh thần và xã hội. Về mặt này, Phật giáo trở thành một tôn giáo toàn cầu vì xem việc nội quán bản thân và xã hội là hết sức quan trọng. Tất cả các tôn giáo, về bản chất, đều có quan niệm về nhu cầu thức tỉnh nội tâm.

Một tôn giáo bất bạo động

Bạo lực không có chỗ đứng trong Phật giáo. Phật giáo tượng trưng cho *karuna* hay lòng từ bi chống lại sự tàn ác và hận thù. Một lần nữa, đây là một trong nhiều đức tính cao quý của Phật giáo và cũng là một trong những lý do tại sao trong thế giới ngày nay, những lời dạy của Đức Phật lại rất phù hợp. Như đã chỉ ra, Đức Phật đã đấu tranh cho sự nghiệp hòa bình vượt xa Gandhi. Nhưng chúng ta đang chứng kiến điều gì trong thế giới ngày nay? Tagore đã từng nói, "thế giới điên cuồng với vũ điệu bạo lực" (Quayum, 2017). Shakespeare than rằng có những máu lạnh đang "săn lùng con người như những con quái vật dưới vực sâu" (King Lear). Chúng ta thấy người cao và kẻ mạnh đang bắt nạt người nghèo thấp kém và xu hướng đế quốc của các nước lớn đang cố gắng nuốt chửng cái gọi là nước nghèo. Ở đây, thông điệp nhân từ về bất bạo động và hòa bình đóng vai trò như liều thuốc xoa dịu và xóa bỏ xung đột giữa người giàu và người nghèo, người quyền năng và người bất lực. Lấy ý tưởng từ Phật giáo, chúng ta có thể nói rằng thay vì thể hiện quyền lực và sức mạnh, mọi người nên thể hiện lòng từ bi và khoan dung.

Chủ nghĩa nhân văn

Một trong những đặc điểm chính của nền văn minh nhân loại là chủ nghĩa nhân văn phát triển rực rỡ trong thời kỳ Phục hưng ở Châu Âu. Tình yêu đối với con người là trung tâm của chủ nghĩa nhân văn. Như nhà nhân văn người Ý Terence đã đề xuất, mọi thứ thuộc về con người đều nằm trong phạm vi quan tâm của tôi. Việc thừa nhận phẩm giá của con người cũng là trọng tâm của Phật giáo. Về vấn đề này, các Phật tử đồng quan điểm với nhà thơ Bengali nổi tiếng của chúng ta, Joydev, người đã viết rằng trên hết mọi thứ, con người là hiện thân của chân lý cao nhất. Phật giáo đặt tầm quan trọng và phẩm giá của con người lên một bệ cao đến mức chủ nghĩa đẳng cấp hay sự cố chấp tôn giáo không thể chạm tới hoàn toàn bị đặt ngoài tầm nhìn của tôn giáo Phật giáo. Nhiều người vĩ đại thuộc tầng lớp xã hội bị áp bức, như Ambedkar, đã theo đạo Phật. Trong mối liên hệ này, sẽ cực kỳ phù hợp khi đề cập đến vai trò của Tôn giả Ananda trong tác phẩm Chandalika của Tagore, người đã xin cô gái nghèo (tiện dân) nước uống.

Ảnh hưởng đối với Tagore

Trên thực tế, Tagore chịu ảnh hưởng rất lớn từ Phật giáo và xem Đức Phật là một trong những nhà giải phóng vĩ đại nhất của nhân loại. Không chỉ trong vở kịch khiêu vũ "Chandalika" hay "Bi Sarjan" hay "Natir Puja" mà ảnh hưởng của quan điểm nhân văn của Phật giáo được thể hiện rõ trong các tác phẩm thơ như "Sonar Tari", "Balaka", "Gitimalya," và ngay cả trong tiểu thuyết Rajarshi, người ta cũng thấy được ảnh hưởng sâu sắc của Phật giáo. Những ca khúc của Tagore vang vọng mang âm hưởng sâu xa của Phật giáo. Chúng ta sẽ rất vui khi biết rằng Visva Bharati cung cấp khóa học về Nghiên cứu Phật giáo và công nhận sự thích ứng của Phật giáo trong thế giới hiện đại.

Sự liên quan của Phật giáo trong thế giới hiện đại

Đức Phật nhấn mạnh Bát Chánh Đạo là phương tiện dẫn đến giác ngộ, là chiếc bè cần thiết để vượt qua sông. Đức Phật nhận thức sâu sắc về tác hại tàn khốc của sân hận đã chứng kiến nhiều cá nhân tự hủy hoại mình do ảnh hưởng của nó. Theo Đức Phật, hận thù không bao giờ chấm dứt bằng hận thù. Chỉ có một bên dừng lại thì mới giải quyết được. Lòng nhân ái, nền tảng của Phật giáo, không chỉ đơn thuần là nguyên tắc đạo đức đơn giản mà còn là nguyên tắc được phân tích dẫn đến cuộc sống cao siêu. Đức Phật cũng thuyết giảng về karuna, lòng từ bi, nó nhanh chóng nảy sinh trong tâm khi chúng ta thấy ai đó gặp rắc rối. Cuối cùng, có sự bình thản hoàn toàn, upekkha, nơi chúng ta không có bạn bè, không có kẻ thù, không có ai cao hơn hay thấp hơn, và hoàn toàn hòa nhập với mọi chúng sinh, sự vật và tình huống. Sống một cuộc sống được chi phối bởi bốn đặc điểm: từ, bi, hỉ, xả này sẽ loại bỏ hận thù, ganh đua và cạnh tranh.

Một khía cạnh quan trọng khác trong giáo lý của Đức Phật là bhavana, thiền định, nghĩa là rèn luyện tâm trí. Đức Phật tin rằng mọi thứ đều xuất phát từ tâm và một tâm trong sáng, được rèn luyện, phát triển tốt, được kiểm soát, tỉnh thức và không ngừng phát triển là kho báu lớn nhất của con người. Trong ngôi làng toàn cầu có khoa học và công nghệ tiên tiến này, mặc dù có vô số tiện nghi, tiện ích và niềm vui nhưng người dân vẫn không hài lòng cả về thể chất lẫn tinh thần, thiếu cảm giác an toàn. Sự an toàn thực sự đạt được khi tâm trí thoát khỏi nguy hiểm về thể chất, tuy nhiên trải nghiệm này rất hiếm trong thế giới ngày nay. Cuộc sống hiện đại có thể gợi lên cả sự lạc quan lẫn bi quan, khi chúng ta vượt qua vô số thử thách nhưng lại đánh mất điều gì đó trong quá trình đó. Tuy nhiên, Phật giáo vẫn còn phù hợp trong cuộc sống hiện đại do tính ứng dụng vượt thời gian và tập hợp các giá trị vĩnh cửu của nó.

Phần kết luận

Lời dạy của Đức Phật cung cấp nhiều kỹ thuật thực tế hữu ích để xoa dịu cơn giận, kiểm soát ham muốn và tạo ra các mối quan hệ hài hòa. Thế giới hiện nay đầy rẫy bạo lực và tham nhũng. Mọi người cần sự an ủi đến từ con đường tâm linh và dạy về sự bất bạo động, sự hài lòng, lòng trắc ẩn, tinh thần rộng lượng và sự bình yên trong tâm hồn. Đạo Phật dạy chúng ta trau dồi sự bình an trong tâm và nỗ lực làm giảm bớt nỗi đau khổ của mọi chúng sinh. Hòa bình ở cấp độ quốc gia cũng như toàn cầu chỉ có thể đạt được nếu chúng ta áp dụng Phật giáo vào cuộc sống hàng ngày. Mục tiêu chính của Phật giáo là đảm bảo và duy trì hòa bình, hạnh phúc, phúc lợi xã hội và sự hòa hợp trong xã hội loài người trên toàn thế giới.

Chúng ta phải chung tay với tất cả mọi người để nâng cao tầm nhìn bao quát thế giới về một vị Phật, nơi mọi quốc gia, bất công, chiến tranh và phân biệt đối xử sẽ biến mất. Chúng ta phải phát triển sự hiểu biết tốt hơn giữa các dân tộc có nền văn hóa khác nhau và hợp tác cùng nhau để cải thiện cuộc sống của người dân, không chỉ về mặt tinh thần và trí tuệ mà còn về mặt xã hội và kinh tế trong việc sử dụng hợp lý các nguồn tài nguyên sẵn có. Thông điệp hòa bình và từ bi của Đức Phật là rất cần thiết để đoàn kết tất cả chúng ta trong một bầu không khí hòa bình và ổn định chính trị. Phật giáo phải giải quyết các vấn đề xã hội hiện tại như phân biệt chủng tộc, phân biệt giới tính, suy thoái môi trường và bất công kinh tế. Chúng ta phải chung tay thể hiện cam kết hướng tới hòa bình bằng cách kết nối những bất bình đẳng về xã hội và kinh tế.

Do đó, bài viết hiện tại cho thấy rằng các lý tưởng của Phật giáo về tình yêu, hòa bình, giác ngộ, khoan dung và bất bạo động có liên quan hơn bao giờ hết đối với thế giới ngày nay đang bị khủng hoảng và rạn nứt về mặt đạo đức. Khi chúng ta đang đối mặt với cuộc khủng hoảng của nền văn minh, Đức Phật và những lời dạy của Ngài dường như là nơi ẩn náu và thuốc chữa bách bệnh cuối cùng cho nhân loại.

TÀI LIỆU THAM KHẢO

- Ambedkar, B.R. 1996. *Bauddha Dharma O Darshan*. Mahabodhi Book Agency, Kolkata.
- Barua, Dipak Kumar. 2015. *Buddhist Philosophy.* Createspace Publishing, California, USA.
- Brammachary, Pandit Silananda. 2011. *Mahasanti Mahaprem*. Kolkata: Maha Bodhi Book Agency.
- Das, Asha. 2013. *Bauddha Darshan O Rabindranath*. India: Mahabodhi Book Agency, Kolkata- 73.
- Das, Asha, 2014. *Indian Philosophy & Buddhism*. Mahabodhi Book Agency, Kolkata-73.
- Mahasthavir, Pandit Dharmadar. 1994. *Dhammapada*, Dharmadhar Bouddha Grantha Prakasani, Calcutta-15.
- Sankrityayan, Mahapandita Rahul. 1989, Buddhist Philosophy. Moscow: Lenin University.
- Sen, Ranabrata, ed. 1968. *Dhammapada*, Haraf Prakasani, Kolkata.
- Tagore, Rabindranathi. 1984. *Maitri Bhavana o Bauddha Darshan*. Shantiniketan, India: Visva B h a r a t i University.
- Vivekananda, Swami. 1996. *Buddha o Bauddha Dharma*, 8th ed. West Bengal, India: Belur Math.

- Quayum, Mohammad A. May 2, 2017. *War, Violence and Rabindranath Tagore's Quest for W o r l d Peace,* Malaysia: Transnational Literature, vol. 9, https:// researchnow- admin.flinders.edu.au/ws/ files/29249665/ Quayum_War_P2017.pdf

6

PHẬT GIÁO VÀ HÒA BÌNH THẾ GIỚI

Tiến sĩ Swarnali Barua

Trợ lý Giáo sư, Đại học Presidency, Kolkata, Ấn Độ

Khi chúng ta bước vào thế kỷ XXI, thế giới đã và đang chứng kiến ngày càng nhiều xung đột và chiến tranh trên toàn cầu. Trong khi những tranh chấp toàn cầu như vậy xảy ra do tham nhũng, lừa đảo tài chính, phân phối của cải không đồng đều, một trong những lý do chính đằng sau các cuộc xung đột ở nhiều nơi trên thế giới ngày nay là do chủ nghĩa cực đoan tôn giáo. Một số quốc gia kém phát triển và đang phát triển như Afghanistan, Iraq, một số khu vực ở Châu Phi, Bangladesh, Ấn Độ và nhiều nơi khác trên thế giới đã phải gánh chịu hậu quả nặng nề do các cuộc khủng bố cực đoan. Ngay cả ở các nước phát triển như Mỹ, Đức, Anh, hầu như ngày nào cũng có nhiều vụ nổ súng xảy ra. Nga và Ukraine hiện đang có xung đột với nhau. Tác động của những xung đột như vậy là rất nghiêm trọng. Nó mang đến đau khổ và cái chết mà không có sự phân biệt nào.

Theo Liên Hợp Quốc, hiện nay có 70 triệu người sống xa nhà vì chiến tranh. Chiến tranh có ảnh hưởng tiêu cực đến sức khỏe thể chất của dân thường, cũng như tác động tiêu cực đến sức khỏe tinh thần của cả chiến binh và dân thường. Chiến tranh và bạo lực tạo ra vòng luẩn quẩn rối loạn, một cái bẫy chết người chủ yếu tác động đến dân thường, đặc biệt là trẻ em. Trẻ em không có cuộc sống điển hình ở những nơi xảy ra chiến tranh hoặc các cuộc khủng hoảng vũ trang khác. Họ nhìn thấy nhà cửa bị phá hủy và sự tổn hại hoặc cái chết của những người thân yêu, hàng xóm và bạn bè của họ. Những sự cố như vậy có thể để lại tổn thương nghiêm trọng cho sức khỏe tâm thần của trẻ và ảnh hưởng đến hành vi cảm xúc của chúng đối với người khác.

Ngay cả khi chiến tranh và xung đột lan rộng, sự khởi đầu của nó có thể gắn liền với sự lựa chọn của mỗi cá nhân. Chiến tranh bắt đầu khi công dân của một quốc gia hoặc những người cai trị quốc gia đó có những ham muốn không được thỏa mãn, kiêu ngạo hoặc tham lam của cải hay quyền lực, hoặc họ tức giận hoặc thù địch. Sự kiêu ngạo về chủng tộc hoặc quốc gia là một cách khác mà điều này có thể xuất hiện. Họ lầm tưởng rằng việc sử dụng vũ lực để giải quyết những vấn đề phần lớn nằm trong tâm trí họ thì có thể giải quyết được chúng. Những quyết định phi lý như vậy cuối cùng được đưa ra khi tâm trí của một người không bình yên hoặc không hài lòng với chính mình. Đây là nơi mà việc tuân theo triết lý của Đức Phật có thể giúp một cá nhân mang lại sự bình yên bên trong. Cho đến khi và trừ khi con người tìm được sự bình yên trong chính mình, họ sẽ không thể hòa bình với môi trường xung quanh và sẽ gây ra bạo lực, xung đột, làm hại những người xung quanh. Những hành động như vậy gây xáo trộn trong xã hội, gây đau khổ cho nhân dân.

Hòa bình không chỉ là sự vắng mặt của bất kỳ xung đột hay thù địch nào; đúng hơn đó là sự hiện diện của sự thanh thản và hạnh phúc. Để mọi người có cuộc sống hạnh phúc và hài lòng, công dân của một quốc gia cần có phúc lợi kinh tế và xã hội của riêng mình. Điều quan trọng nữa là tất cả các quốc gia cố gắng duy trì mối quan hệ tốt đẹp với nhau và chung sống hòa hợp vì bất kỳ hình thức thịnh vượng và phát triển xã hội, kinh tế hoặc chính trị nào. Giáo lý của Đức Phật sẽ giúp đạt được sự chung sống hài hòa như vậy, không chỉ giữa người dân trong một quốc gia mà còn giữa các quốc gia khác nhau.

Thực hành những nguyên tắc của Đức Phật dạy người ta có sự tự chủ, tự kiềm chế và khoan dung. Lời dạy của Đức Phật dựa trên lòng từ bi đối với chúng sinh khác bất chấp mọi rào cản và khác biệt xã hội. Lời Phật dạy cho chúng ta biết về chủ nghĩa nhân văn. Đây là lý do tại sao Phật giáo được một số người ở Ấn Độ cổ đại chấp nhận khi có sự gia tăng căng thẳng xã hội, sự áp bức người nghèo bởi tầng lớp quyền lực và sự phân biệt đối xử giữa mọi người dựa trên đẳng cấp, giới tính và màu da của họ. Đức Phật "có thể mang đến cho con người ở thời đại của Ngài ảo tưởng (vì họ chưa thực sự hiểu biết) về tự do, bình đẳng và tình huynh đệ, kết quả tất yếu của những quy luật tiến bộ xã hội, đã bị chà đạp và làm suy yếu trên thực tế (Saksena, www.ayk.govt.tr). Đức Phật chỉ ứng phó với những hoàn cảnh như vậy như một công cụ vô danh của lịch sử, và Phật giáo ngay từ khi ra đời đã được định sẵn trở thành một trong những phong trào tôn giáo xã hội lớn nhất trong lịch sử Ấn Độ.

Nhiều nhà cai trị và hoàng đế ở Ấn Độ như Bimbisara, Ashoka và Kanishka đã đón nhận Phật giáo và truyền bá giáo lý của Phật giáo đến các nước Nam Á khác. Ngay cả ở Ấn Độ hiện đại, một số vĩ nhân và học giả như Swami Vivekananda, Tiến sĩ Babasaheb Ambedkar và Mahatma Gandhi đã tin vào triết lý Phật giáo. Mahatma Gandhi đã tuân theo và sử dụng các nguyên tắc bất bạo động hay ahimsa, dẫn đến sự tự do của Ấn Độ khỏi sự cai trị của người Anh. Ngay cả những người lập hiến pháp Ấn Độ cũng hiểu tầm quan trọng của Phật giáo trong việc thúc đẩy hòa bình, hòa hợp và khoan dung ở một đất nước như Ấn Độ, nơi con người với các hệ tư tưởng, tôn giáo, đẳng cấp, tín ngưỡng, màu da và văn hóa khác nhau đã cùng tồn tại qua nhiều thời đại. Do đó, nền tảng Ngũ giới được xem xét trong việc đưa ra các chính sách khác nhau của hiến pháp. Năm giới là không sát sinh, không trộm cắp, không tà hạnh, không nói dối và không uống rượu. Nếu những giới luật này được các cá nhân trong xã hội thực hành thì trong một xã hội như vậy sẽ không có bất kỳ loại tội ác, hận thù và bạo lực nào.

Bất bạo động trong cả suy nghĩ và hành động là một trong những nguyên tắc chính của Phật giáo. Giới luật đầu tiên của Năm giới quy định rằng nên tránh giết hại và làm hại các sinh vật sống khác. Những người theo đạo Phật tin rằng trưởng dưỡng lòng từ bi thay vì kìm nén những cảm xúc như giận dữ là cách duy nhất để con người sống trong hòa bình và hòa hợp.

Theo Kinh Pháp Cú: Phẩm Song Yếu, Câu kệ số 5: "Hận thù không bao giờ nguôi ngoai bằng hận thù ở đời này. Chỉ nhờ không sân hận mà sân hận mới được xoa dịu. Đây là một quy luật vĩnh cửu." (Fronsdal, 2006). Đức Phật dạy rằng vô minh là nguyên nhân gốc rễ của mọi khổ đau. Sự thiếu hiểu biết cơ bản là chúng ta không có khả năng nhận ra rằng cái tôi, vốn chiếm giữ trung tâm của mọi sự tồn tại của chúng ta, định hình cách chúng ta nhận thức thế giới bên ngoài và hướng dẫn các hoạt động của chúng ta vì sự thuận tiện và lợi ích của chúng ta, chỉ là một ảo tưởng. Tất cả những đau khổ của chúng ta đều là kết quả của sự ảo tưởng và ích kỷ này. Chúng ta bị đầu độc bởi những ham muốn và lòng tham khi chúng ta ích kỷ. Chúng ta thường xuyên trải qua sự tức giận và hận thù khi chúng không được đáp ứng. Những trạng thái cảm xúc cơ bản này ngăn cản chúng ta tiếp cận trí tuệ và lòng từ bi bẩm sinh cũng như chiều sâu rạng ngời của tâm trí chúng ta. Những tâm trí như vậy làm xáo trộn và xung đột trong xã hội chúng ta.

Phật giáo dạy con người phải đồng thời vun trồng đức tính trí tuệ và từ bi. Trong bối cảnh này, trí tuệ hàm ý khía cạnh trí tuệ của tâm, trong khi lòng trắc ẩn sẽ đại diện cho những đặc điểm như tình yêu, lòng tốt và lòng bao dung ở khía cạnh cảm xúc. Một người tốt bụng có thể chỉ phát triển phần cảm xúc của bản thân mà bỏ qua phần trí tuệ; mặt khác, một trí thông minh cứng nhắc không có sự đồng cảm có thể là kết quả của việc chỉ phát triển trí tuệ. Vì vậy, để trở nên hoàn hảo, người ta phải phát triển đồng đều cả hai. Đi theo Bát Thánh Đạo sẽ giúp chúng ta phát triển những đức tính như vậy.

Con đường Bát chánh đạo, hình thành trên nền tảng của Phật giáo, được cho là được tạo ra với mục tiêu mang lại hạnh phúc và sự thanh thản cho cả cá nhân và xã hội. Chánh kiến hướng chúng ta đến con đường thanh thản. Chánh tư duy gợi ý rằng nên nhìn mọi thứ như chúng vốn là chứ không phải như người ta mong đợi. Mục tiêu đúng đắn ngăn cản người ta ham muốn giàu sang và quyền lực mà gây thiệt hại cho người khác hoặc ham mê dục lạc và xa hoa. Nó cũng giúp con người có khả năng yêu thương mọi người và giúp cho người khác hạnh phúc hơn. Chánh ngữ ngụ ý cảnh giác không nên sử dụng miệng lưỡi bất cẩn, điều này có thể dẫn đến bạo lực và giết người. Lời nói đúng đắn là trung thực, thân thiện và có kiểm soát. Chánh nghiệp và chánh mạng đề nghị tránh những nghề nghiệp hay hành vi nguy hiểm như giết người, trộm cắp, ngoại tình và các hành vi sai trái khác với mục tiêu làm những điều tốt có lợi cho người khác. Chánh niệm và chánh định đưa đến con đường giải thoát khỏi khổ đau. Nó đạt được thông qua thiền định. Thực hiện theo các bước trong Bát Chánh Đạo thôi thúc chúng ta loại bỏ các ác pháp khỏi tâm trí và trau dồi những ý nghĩ tốt đẹp để mang lại sự hòa hợp và hạnh phúc cho xã hội.

Muốn có tâm hồn vui vẻ và bình an, chúng ta phải phát triển tấm lòng từ bi. Lòng trắc ẩn đích thực dựa trên nhu cầu của người khác hơn là mong đợi của chính chúng ta. Dù người kia là bạn hay đối thủ, miễn là chúng ta mong muốn hòa bình, hạnh phúc và chấm dứt đau khổ, chúng ta có thể phát triển mối quan tâm thực sự đến vấn đề họ đang trải qua. Để phát triển lòng bi mẫn như vậy không phải là điều dễ dàng đạt được, nó cần phải rèn luyện tâm trí. Chúng ta có thể trau dồi những khía cạnh tích cực trong suy nghĩ, thái độ và quan điểm của mình đồng thời giảm thiểu những suy nghĩ tiêu cực. Chúng ta phải nỗ lực có ý thức để làm cho tâm trở nên hợp lý và thuyết phục tâm tạo ra những thay đổi tích cực và phát triển sự đồng cảm với những sinh vật khác. Nỗi buồn cá nhân của chúng ta sẽ trở nên dễ chịu hơn bằng cách ghi nhận nỗi đau khổ của người khác và có sự đồng cảm với họ.

Theo Tenzin Gyatso, Đức Đạt Lai Lạt Ma thứ 14, phát triển lòng từ bi là chìa khóa cho một thế giới tốt đẹp hơn và thịnh vượng hơn ở mọi cấp độ xã hội, dù là ở cấp độ gia đình, quốc gia hay quốc tế. Ngài nói rằng chúng ta không cần phải áp dụng hệ tư tưởng hay tôn giáo cụ thể nào để phát triển thái độ từ bi. Tất cả những gì được yêu cầu ở mỗi chúng ta là phát triển những đặc điểm tích cực của con người. Vun trồng hạnh phúc cá nhân có thể đóng góp đáng kể và mạnh mẽ vào sự thăng tiến chung của toàn thể cộng đồng nhân loại. Vì tất cả chúng ta đều là con người, nên trái đất này là ngôi nhà duy nhất của chúng ta, mỗi người chúng ta cần có cảm giác mạnh mẽ về lòng nhân ái và từ bi phổ quát nếu muốn bảo vệ ngôi nhà của mình khỏi chiến tranh và xung đột.

Phật giáo là tôn giáo khoa học đã được thử nghiệm qua thời gian, được xây dựng trên lý luận tâm linh cũng như logic. Nó dựa nhiều vào thực hành hơn là đức tin. Thực hành triết lý Phật giáo trong cuộc sống đã trở nên vô cùng cần thiết trong thời đại hiện nay để duy trì hòa bình thế giới. Lời dạy của Đức Phật đưa ra những phương pháp thực tế để kiểm soát cơn giận dữ, kiềm chế ham muốn và thiết lập các mối quan hệ hòa bình. Hiện nay, trong thế giới đầy bạo lực và tham nhũng, con người cần hòa bình và sự hiểu biết từ con đường tâm linh dạy về bất bạo động, thanh thản, từ bi, tinh thần rộng lượng và bình yên trong tâm hồn. Phật giáo khuyến khích chúng ta phát triển sự bình an nội tâm và cố gắng giảm bớt đau khổ trong mọi sinh vật, điều cuối cùng là cần thiết để duy trì hòa bình trên thế giới.

TÀI LIỆU THAM KHẢO

- Encyclopædia of Religion and Ethics. (2022, November 7). In Wikipedia. https://en.wikipedia.org/wiki/ Encyclop%C3%A6dia_of_Religion_and_Ethics
- Fronsdal, Gil. 2006. The Dhammapada: A New

Translation of the Buddhist Classic with Annotations. Colorado: Shambhala Publications.

- RaghuviraandLokeshChandra,2volsAComprehensive English-Hindi dictionary, supplementary volume (Satapitaka Series: 625). Published by Aditya Prakashan, New Delhi, 2009.
- Saksana, Rakesh. 2002. Buddhism and Its Message of Peace. https://www.ayk.gov.tr/wp- content/uploads/2015/01/ SAKSANA-Rakesh-Buddhism-and-Its-Message-of- Peace.pdf
- Tenzin Gyatso; the Fourteenth Dalai Lama. "Compassion and the Individual." Accessed August 9, 2023. www.dalailama.com/messages/compassion-and-human- values/compassion.

7

PHÁP (DHAMMA) - MÓN QUÀ TUYỆT VỜI CHO NHÂN LOẠI

Tiến sĩ Subhajit Chatterjee

Nhà nghiên cứu độc lập, Nhật Bản học
Shantiniketan, Ấn Độ

Phật giáo ngày nay đại diện cho lĩnh vực tư tưởng lớn nhất trong lịch sử nhân loại. Các thành phần của Phật giáo có một phần hữu hình và một phần vô hình, phần hữu hình gồm câu chuyện dài và phức tạp về 2.500 năm phát triển kết hợp với địa lý Phật giáo, trong thời gian trải qua ít nhất hàng chục quốc gia. Các chủng tộc và văn hóa bị ảnh hưởng bởi Phật giáo và câu chuyện cũng như kinh sách Phật giáo được viết bằng ít nhất bảy ngôn ngữ khác nhau.

Phật giáo là tôn giáo quan trọng nhất về mặt lịch sử chứ không phải về mặt triết học - bởi vì đây là phong trào tôn giáo lớn nhất mà thế giới từng chứng kiến. Đó là làn sóng tâm linh khổng lồ nhất từng bùng nổ trong xã hội loài người; không có nền văn minh nào mà tác động của Phật giáo không được cảm nhận theo cách này hay cách khác. Trong khi đó, trường phái được coi là lâu đời nhất của Phật giáo đó là Phật giáo Nguyên thủy, trường phái duy nhất còn tồn tại trong số 18 nhánh của Tiểu thừa, đã được thiết lập vững chắc và phát triển mạnh mẽ ngày nay ở Sri Lanka, Miến Điện và Thái Lan. Tuy nhiên, xét về số lượng và khu vực địa lý, Phật giáo Nguyên Thủy chỉ bao gồm chưa đến một nửa lĩnh vực Phật giáo, vì Giáo Pháp đã được truyền bá về phía Đông tới Trung Quốc, Hàn Quốc và Nhật Bản; về phía Bắc tới Tây Tạng và Mông Cổ. Giáo lý mở rộng được gọi là Đại thừa đã có lúc là nhân tố mạnh mẽ trong hàng triệu triệu tâm trí.

Ở Sikkim, phong trào được tái lập tốt trong khi Phật giáo vẫn đang phát triển, mặc dù chậm, ở Nepal phần lớn nhờ vào nỗ lực của Hòa thượng Amritananda, người đã tổ chức Đại hội Hiệp hội Phật tử Thế giới ở Katmandu vào tháng 11 năm 1956. Ladakh và Bhutan vẫn gần như đóng cửa đối với người nước ngoài và sự phát triển Phật giáo ở đó là một vấn đề. Không thể nói nhiều hơn thế, nhưng tất cả những ai đã có vinh dự được gặp Đức Đạt Lai Lạt Ma, hiện đang sống ở Ấn Độ, sẽ đồng ý rằng người nắm giữ chức vụ đó hiện nay là một người có sức mạnh tâm linh to lớn và được người dân yêu mến.

Ở Trung Quốc, ngọn lửa Phật giáo tuy đã lụi tàn nhưng vẫn chưa bị dập tắt. Một nhóm Phật tử Trung Quốc từ Bắc Kinh tham dự Đại hội gần đây của Hiệp hội Phật tử Thế giới đã nhất trí tuyên bố rằng họ hoàn toàn có quyền tự do tuyên truyền nghiên cứu, và các Học viện Phật giáo thuộc loại này hay loại khác đang được mở ở nhiều nơi trên đất nước rộng lớn này. Ở Hàn Quốc, Phật giáo vẫn được thiết lập vững chắc.

Nhật Bản đang trỗi dậy nhanh chóng trên mọi lĩnh vực cũng như trong các mối quan hệ thân thiết và hữu nghị với thế giới phương Tây. Ở đây, Phật giáo rất mạnh, chủ yếu các tông phái Shin và Zen, nhưng với một số lượng đáng kinh ngạc các nhóm Phật giáo đủ loại "mọc lên" một cách tự phát ở nhiều nơi trên đất nước.

Chính phủ Ấn Độ bước đầu tiên sau khi giành được độc lập, đã đồng ý lấy biểu tượng bánh xe Chuyển Pháp Luân Dharma Chakka (*Ashok Chakra*) và trụ đá Sư tử của Vua A-dục (*Lion Capital of Ashoka)* làm quốc huy, biểu tượng quốc gia vào năm 1955. Tại Banding Indonesia khi hội nghị gồm 29 quốc gia châu Á và châu Phi kêu gọi vì hòa bình và đoàn kết. Đó là sự khẳng định và nỗ lực cho Phật giáo của Pandit Jawahar Lal Nehru quá cố.

Đồng thời, có hơn năm triệu người Ấn Độ thuộc giai cấp thấp đã tự nguyện theo tôn giáo này như vào năm 1956 tại Nagpur dưới sự lãnh đạo của cố Tiến sĩ Ambedkar. Phật giáo du nhập vào phương Tây, quay trở lại Ấn Độ, nơi Phật giáo đã bị suy tàn vào thế kỷ thứ mười đến thế kỷ thứ mười hai. Trong công việc của Hội Đại Bồ Đề (*Maha Bodhi Society of India*) do Thượng tọa Anagarika Dharmapala người Sri Lanka thành lập, hiện có nhiều trung tâm ở tất cả các thành phố lớn Ấn Độ và trên thế giới. Trong công việc của cố Tiến sĩ Ambedkar, trong số "những người thuộc tầng lớp tiện dân, có những dấu hiệu của một phong trào có thể ảnh hưởng sâu sắc đến bộ mặt của Ấn Độ."

Phật giáo tiếp tục đi về phía Tây đến Châu Âu và Hoa Kỳ.

Cuối cùng, rất ít người có đủ trí tuệ để đánh giá cao phạm

vi và sự huy hoàng của lĩnh vực Phật giáo phải tích cực giúp đỡ trụ sở của Hiệp hội ở bất cứ nơi đâu, tổ chức các hội nghị thành công để nghiên cứu Phật giáo một cách dũng cảm trong mọi khía cạnh, để so sánh khách quan giữa các hình thức và các phương pháp cung cấp giáo lý Phật giáo cho thế giới khoa học và dịch vụ xã hội hiện đại theo hình thức phù hợp nhất.

Nhưng số ít này ở đâu và làm thế nào để khuyến khích họ xuất hiện?

Tôi tin rằng có đủ số lượng để khiến cho nỗ lực xây dựng Phật giáo Thế giới trở nên đáng giá và nếu được khuyến khích mạnh mẽ, số lượng của họ có thể tăng lên. Suy cho cùng, có món quà nào dành cho nhân loại lớn hơn Giáo pháp, và nếu chúng ta dâng tặng nó thì tại sao không phải là tất cả? Và với tất cả?

TÀI LIỆU THAM KHẢO

Sách

- Appleton, Naomi. 2010. *Jātaka Stories in Theravāda Buddhism: Narrating the Bodhisatta Path*. United Kingdom: Ashgate Publishing Limited.
- Babbitt, Ellen C. 1912. *The Jatakas: Tales of India: Retold by Ellen C. Babbitt*. New York: The Century Company.
- Chopra, Deepak. 2007. *Buddha: A Story of*

Enlightenment. London: Harper Collins.

- Davids, T.W. Rhys and Oldenberg Hermann. 1968. *Vinaya Texts Translated from the Pāli, Part I: The Paimokkha, The Mahavaga, I-IV; Part II: The Mahavagga (V–X), The Kullavagga I–III)*. New York: Charles Scribner's Sons, 1899; Republished in 1968 by Motilal Banarsidass (*Sacred Books of the East Series*), Delhi, India.
- Finnigan, Bronwyn. 2017. "Buddhism and Animal Ethics." ResearchGate, www. researchgate. net. Accessed May 5, 2023. https://www.researchgate.net/publication/316738919_Buddhism_and_Animal
- Francis, H. T. and E. J. Thomas. 1916. *Jātaka Tales: Selected and Edited with Introduction and Notes*. Cambridge: University Press.
- Gyatso, Bhikṣu Tenzin (The Fourteenth Dalai Lama) and Bhikṣuṇī Thubten Chodron. 2014. *Buddhism: One Teacher, Many Traditions*. Boston: Wisdom Publications.
- Hazra, Kanai Lal. 1982. *History of Theravāda Buddhism in South-East Asia*. New Delhi, India: Munshiram Manoharlal Publishers.
- Wilson, Jeff. 2009. *Buddhism of the Heart: Reflections on Shin Buddhism and Inner Togetherness*. Massachusetts: Wisdom Publications.

Ethics

- Santucci, James A. 2002. "A Theravāda Buddhist Contribution to Universal Ethics." *The Hsi Lai Journal of Humanistic Buddhism.* Accessed May 5, 2023, buddhism.lib.ntu.edu.tw; http://buddhism.lib.

ntu.edu.tw/ FULLTEXT/JR- MAG/mag353948.pdf

- Tomalin, Emma. 2007. "Buddhism and Development: A Background Paper." ResearchGate. Accessed April 6, 2023. https://www.researchgate. net/ publication/239591881_Buddhism_and_ pment_A_ Background_Paper

Bài viết

- Srivichai, Suddipong. 2017. "Buddhist Perspectives and World Peace." *International Journal of Multidisciplinary Management and Tourism*. Vol. 1 No. 1 January – June 2017.

8

VAI TRÒ PHẬT GIÁO TRONG CHÍNH SÁCH NGOẠI GIAO QUYỀN-LỰC-MỀM CỦA ẤN ĐỘ VÀ HÒA BÌNH THẾ GIỚI

Phật tử Saurav Barua

Durganagar, Kolkata, Ấn Độ

Phật giáo là một trong những tôn giáo không có bất kỳ vấn đề cực đoan hóa hay coi thường phụ nữ nào; không có sự phân biệt đối xử và không có bạo lực nào cả. Đó là một tôn giáo có nhân quyền, quyền phụ nữ, quyền tự do ngôn luận và bình đẳng giới mà một thế giới hòa bình thực sự cần. Có thể nói đó là một loại tôn giáo thế tục trong đó mọi người đều có quyền tự do như nhau.

Mọi tôn giáo khác đều có thể theo đạo Phật một cách dễ dàng; không có trở ngại hay bất kỳ loại giáo điều tôn giáo nào mà người ta phải tin hoặc phải tuân theo các quy tắc. Chúng ta có thể dễ dàng biến việc tu tập Phật giáo thành một phần trong cuộc sống của mình và Đức Phật đã đưa ra nhiều gợi ý để thực hiện điều này. Ngài dạy chúng ta cách chấm dứt đau khổ và cho chúng ta những hướng dẫn chính xác để thực hiện điều này. Những hướng dẫn này – nếp sống thiền môn – dẫn đến cuộc sống hạnh phúc. Giáo lý Phật giáo dạy chúng ta cách đối xử bình đẳng với mọi người, đối xử tử tế với người khác và từ bi với mọi chúng sinh. Lời dạy và con đường mà Đức Phật dạy có thể được mọi người noi theo. Đi theo con đường này sẽ dẫn đến thành công cũng như trở thành người tốt.

Thuật ngữ "quyền-lực-mềm" được Joseph Nye đặt ra vào những năm 1990. Ông định nghĩa quyền-lực-mềm là khả năng đạt được điều bạn muốn, thông qua sự thu hút thay vì ép buộc hoặc trả tiền. Đặc điểm chính của nó là giá trị, văn hóa và chính sách. Vì vậy, một tôn giáo như Phật giáo đóng vai trò quan trọng gì trong chính sách ngoại giao quyền lực mềm của Ấn Độ? Đầu tiên, chúng ta phải hiểu thực tế đằng sau Phật giáo và mối liên hệ lịch sử giữa Ấn Độ và Phật giáo.

Siddhartha Gautama, vị sáng lập Phật giáo, sinh ra ở vườn Lâm-tì-ni *(Lumbini)* vào năm 624 trước Công nguyên. Ngài là một triết gia vĩ đại, một hoàng tử của triều đại Sakhya của thành Ca-tỳ-la-vệ *(Kapilabastu),* là con trai của Vua Tịnh Phạn Vương *(Suddhodhana)* và Hoàng hậu Maya *(Mayadevi)*. Ngay từ khi sinh ra, hoàng tử trẻ đã được bao bọc bởi sự giàu có và đặc quyền lớn lao. Ngài được định sẵn sẽ trở thành vua của một trong những hoàng gia quan trọng nhất trong vùng. Tuy nhiên, khi lớn lên và trưởng thành hơn, Ngài bắt đầu đặt câu hỏi về nhiều khía cạnh của cuộc sống vương giả. Cuối cùng, Ngài hoàn toàn vỡ mộng trước sự giàu có và quyền lực phô trương của dòng họ Sakhya đến nỗi Ngài cảm thấy cần từ bỏ di sản hoàng gia, trở thành nhà khổ hạnh để tìm cầu chân lý.

Một ngày nọ, hoàng tử rời cung điện của mình để đi tìm chân lý đang bị che giấu. Sinh ra là một hoàng tử, Tất Đạt Đa bị giam giữ trong những bức tường cung điện xa hoa cho đến khi lớn lên. Ngài chưa bao giờ nhìn thấy thế giới thực tế bên ngoài thế nào. Một ngày nọ, Ngài mạo hiểm ra ngoài và nhìn thấy cái chết, bệnh tật, già yếu và đau khổ của con người. Bị kích động bởi những gì nhìn thấy, Ngài quyết định quay trở lại cung điện. Trên đường trở về, xuyên qua khu rừng, Ngài tình cờ gặp một nhà sư đang thiền định dưới gốc cây. Tất Đạt Đa nhận thấy rằng nhà sư không có tài sản gì bên mình. Vị ấy chỉ quấn một tấm y vàng đơn sơ. Tất Đạt Đa suy ngẫm rằng mình là một hoàng tử có tất cả mọi thứ, mọi xa hoa tiện nghi nhưng vẫn cảm thấy trống rỗng trong lòng. Nhưng đây là vị tu sĩ không có gì ngoài sự bình thản trên gương mặt.

Siddhartha đã kết luận một cách khôn ngoan rằng nhà sư chắc chắn đã đạt được điều gì đó khiến vị sư hài lòng ngay cả khi không có của cải vật chất. Những đau khổ mà Ngài chứng kiến trước đó cũng khiến Ngài đặt câu hỏi về tính lâu dài và mục tiêu của cuộc sống con người. Do đó, để giải quyết những câu hỏi này và tìm ra chân lý, Ngài đã rời bỏ cung điện của mình và mọi thứ tài sản danh vọng khác trong đó. Vậy từ đây chúng ta đã học được gì? Thế giới rất rộng lớn và ngoài sức tưởng tượng của chúng ta; chúng ta không thể nhận ra thực tế nếu không nhìn thế giới bên ngoài, không đối mặt với những vấn đề thực sự mà các cá nhân khác đang gặp phải. Chúng ta không cần phải bị giới hạn trong vùng an toàn của mình. Của cải trần thế của chúng ta chỉ là tạm thời; chúng ta không thể mang chúng theo khi chết, nhưng mọi phản ứng của chúng ta trước mọi hành động về mặt tinh thần sẽ khiến chúng ta trở nên bất tử đối với thế giới. Hãy làm mọi việc với trái tim nhân hậu và không mong nhận lại điều gì.

Phật giáo là gì? Có phải đó chỉ là tôn giáo do Siddhartha Gautama tiên phong? Hay cái gì khác? Đạo Phật đơn giản là lối sống. Trong Phật giáo, người ta tin rằng cuộc sống con người là cuộc đời đầy đau khổ và thiền định, tinh tấn, thân tâm nỗ lực cũng như hành vi tốt là những cách để đạt được giác ngộ hay Niết bàn. Phật giáo dạy chúng ta rằng mọi chúng sinh trong vũ trụ đều phải tuân theo những quy luật tự nhiên nhất định và hơn thế nữa, họ bị mắc kẹt trong vòng luân hồi vô tận. Cái chết chỉ là một giai đoạn của chu kỳ này và được lặp đi lặp lại bởi sự tái sinh, đây lại là giai đoạn khác của vòng quay vô tận này.

Tất cả chúng ta, những người bị cuốn vào Bánh xe Cuộc đời sẽ tiếp tục vòng quay đó gần như vô tận, cho đến khi chúng ta có thể nhận ra bản chất bất toại nguyện của sự tồn tại của mình và từ bỏ những ham muốn của mình. Tại thời điểm này, chúng ta sẽ không còn mong muốn tiếp tục nữa và bằng cách buông bỏ, chúng ta sẽ vĩnh viễn phá vỡ chu kỳ liên tục. Đây là trạng thái tối thượng mà tất cả người Phật tử đều khao khát đó là "đạt được giác ngộ". Con đường dẫn đến giác ngộ là tránh những cực đoan trong cuộc sống. "Trung đạo" là lối sống của Phật giáo; một tiến trình tự phát triển thông qua Bát chánh đạo bao gồm Chánh kiến, Chánh tư duy, Chánh ngữ, Chánh nghiệp, Chánh mạng, Chánh tinh tấn, Chánh niệm và Chánh định.

Siddhartha Gautama cuối cùng đã đạt được giác ngộ dưới bóng cây tại Bồ-đề-đạo-tràng (*Bodh Gaya*) ở Bihar và từ đó, cuộc hành trình tâm linh của Bồ tát Cồ-đàm (*Gautama*) bắt đầu. Ngài đến Lộc Uyển Saranath, Banaras (*Varanasi, India*) thuyết giảng bài giảng đầu tiên gọi là "Dhamma Chakra Pravartana" (*Kinh Chuyển Pháp Luân*) cho năm anh em Kiều Trần Như và thành lập Tăng đoàn. Sau đó, Ngài đi du hành khắp miền Bắc Ấn Độ, chủ yếu ở các vùng Uttar Pradesh và

Bihar, gặp nhiều vị vua khác nhau và thuyết giảng cho họ về chân lý cuộc sống.

Đức Phật đã thuyết giảng giáo lý của mình cho đến năm 460 trước Công nguyên khi ở Câu-thi-na (*Kushinagar*), Ngài rời bỏ thân xác phàm trần và đến Tushita (*thiên đường Phật giáo*). Sau khi Đức Phật nhập Niết bàn, hội đồng kết tập kinh điển Phật giáo đầu tiên được tổ chức với sự bảo trợ của Vua A-xà-thế (*Ajatshatru*), nước Ma-kiệt-đà (*Magadha*) ở Vương Xá (*Rajgir*). Các vị vua có ảnh hưởng nhất là Đại Đế A-dục (*Aśoka*) của Mauryas và Kanishka của Kushan. Chính vua A-dục là người bắt đầu truyền bá Phật giáo ở các nước ngoài Ấn Độ. Ngài gửi con gái là Công chúa cũng là Tỳ-kheo- ni Sanghamitra và con trai là Thái tử cũng là Tỳ-kheo Mahendra tới Ceylon (*Sri Lanka*) để truyền bá Phật pháp và thành lập Tăng đoàn, Ni đoàn đầu tiên tại hải đảo Ceylon này.

Vào thời gian sau đó, thế kỷ thứ nhất Công nguyên, Kanishka, người cai trị Kushan đã chiếm được con đường tơ lụa của Trung Quốc, bắt đầu truyền bá Phật giáo ở các vùng của Trung Quốc. Từ điểm khởi đầu này, chúng ta có thể thấy trong tương lai đại sư Kumargupta xây dựng Đại học Nalanda, nơi sẽ trở thành một tu viện Phật giáo nổi tiếng. Những người cai trị Pala sẽ xây dựng các tu viện khác, chẳng hạn như Vikramshila, Odnatpuri và Jagdalla. Những tu viện này đã trở thành nguồn gốc của Phật giáo Tây Tạng, cuối cùng đã lan đến khu vực cốt lõi của Trung Quốc, Nhật Bản và Hàn Quốc. Không chỉ có dòng người truyền giáo Trung Quốc đến Ấn Độ để thăm viếng Phật giáo. Vào thời Chandragupta II, Pháp Hiển đã đến Ấn Độ; dưới triều đại Harsha, Huyền Trang đã đến Ấn Độ; và trong thời gian sau đó Nghĩa Tịnh, Wang Xuan và những nhà hành hương khác đã đến Ấn Độ. Các Ngài đã học hỏi rất nhiều về Phật giáo, thỉnh kinh tạng và đem Phật Giáo về truyền đạt ở quê hương mình.

Ấn Độ có một di sản tinh thần về Phật giáo và các nhà

hoạch định chính sách Ấn Độ muốn sử dụng điều này để thể hiện sức mạnh quyền-lực-mềm của Ấn Độ. Ảnh hưởng của Phật giáo thực sự thể hiện rõ trong kiến trúc, hội họa, văn hóa Ấn Độ và thậm chí cả cột trụ sư tử Vua-dục và bánh xe pháp từ thời Mauryan được chọn làm Quốc huy của Ấn Độ ngày nay. Bánh xe pháp trên lá cờ Ấn Độ cũng là di sản của Phật giáo. Đức tin Phật giáo bắt nguồn từ Ấn Độ, do đó nó có tính hợp pháp lịch sử đặc biệt.

Ấn Độ có nhiều địa điểm quan trọng đối với tín ngưỡng Phật giáo, như Bồ-đề-đạo-tràng (*Bodhgaya*), Lộc Uyển (*Sarnath*) và Nalanda. Ngoài mối quan hệ với Phật giáo Tây Tạng, Ấn Độ có mối liên hệ lịch sử với Phật giáo Nguyên thủy, nghĩa là Ấn Độ đang ở vị trí thuận lợi để tăng cường quan hệ với các quốc gia Phật giáo khác và tạo ra cuộc đối thoại giữa nhiều dòng tôn giáo (liên tôn giáo) này.

Thỏa thuận Panchasheel mà Ấn Độ ký với Trung Quốc dựa trên năm nguyên tắc Phật giáo được cho là sẽ tạo ra mối quan hệ thân thiện tích cực giữa Ấn Độ và Trung Quốc. Ấn Độ có những lợi ích đáng tin cậy đối với Phật giáo. Việc Phật giáo có nguồn gốc từ Ấn Độ mang lại tính hợp pháp lịch sử đặc biệt cho các yêu sách của Ấn Độ. Một trong những sáng kiến quan trọng nhất của Ấn Độ là mạng lưới Phật giáo nhằm thúc đẩy quyền-lực-mềm. Một ví dụ về điều này là Ấn Độ đang phát triển cơ sở hạ tầng du lịch tốt hơn ở tất cả các địa điểm hành hương của Phật giáo.

Khởi đầu con đường Phật giáo Ấn Độ

• Lumbini, Nepal – Siddhartha Gautama's (nơi sinh của Đức Phật)

• Kapilavastu, Uttar Pradesh – Nơi Đức Phật Gautama trải qua những năm đầu làm Thái tử Tất Đạt Đa.

• Bodh Gaya, Bihar – Nơi Đức Phật Gautama giác ngộ.

• Sarnath, Varanasi, Uttar Pradesh – Nơi diễn ra bài thuyết pháp đầu tiên của Đức Phật, bài giảng đầu tiên của Ngài sau khi đạt được giác ngộ.

• Rajgir, Bihar – Đây là nơi Đức Phật sống và giảng dạy. Ngài đã giảng hai bài giảng nổi tiếng nhất của mình ở đây.

• Kausambi, Uttar Pradesh – Kausambi là nơi Đức Phật ở lại và thuyết pháp vào năm thứ sáu và thứ chín sau khi thành đạo.

• Shravasti, Uttar Pradesh – Đức Phật đã trải qua 24 mùa mưa an cự ở đây.

• Vaishali, Bihar – Nơi Đức Phật nhập Niết bàn thường được dùng để chỉ Niết bàn- sau khi chết, xảy ra sau cái chết của một người đã đạt đến Niết bàn trong suốt cuộc đời của họ.

• Kushinagar, Uttar Pradesh – Nơi Đức Phật nhập Niết Bàn. Parinirvana để chỉ trạng thái nhận định Niết bàn trong cuộc đời của mình.

Tại sao Phật giáo đóng vai trò quan trọng trong chính sách ngoại giao quyền-lực-mềm của Ấn Độ?

Câu trả lời nằm ở sự cân nhắc lẫn nhau giữa hầu hết các nước châu Á. Các giá trị văn hóa chung của Phật giáo tìm thấy sự cộng hưởng ở hầu hết các khu vực chính của lục địa. Các quốc gia châu Á tính đến ngày nay có khoảng 97% dân số theo đạo Phật trên thế giới, với hơn 14 quốc gia có hơn 50% dân số theo đạo Phật, trong khi 7 quốc gia trong số đó có 90% công dân thực hành Phật giáo là tôn giáo chính. Các quốc gia chịu ảnh hưởng của Phật giáo bao gồm Nepal, Tây Tạng, Mông Cổ, Myanmar, Sri Lanka và Trung Á cho đến cả các quốc gia ở khu vực Bắc Âu. Tuy nhiên, các quốc gia như Campuchia, Thái Lan, Malaysia, Lào, Nhật Bản, Việt Nam,

Singapore, Hàn Quốc và các quốc gia khác trong khu vực tạo thành khối dân cư Phật giáo lớn. Phật giáo góp phần làm phong phú thêm sức mạnh mềm của Ấn Độ. Sự phát triển của Phật giáo tạo ra sự liên kết văn hóa giữa Ấn Độ và thế giới, giúp mở rộng ảnh hưởng của Ấn Độ bằng sức mạnh văn hóa và tín ngưỡng tôn giáo. Thông qua Phật giáo, người ta biết đến và ngưỡng mộ Ấn Độ như một nền văn hóa cổ xưa của phương Đông.

Việc sử dụng quyền-lực-mềm dưới hình thức Phật giáo không phải là điều mới mẻ đối với một quốc gia như Ấn Độ. Như chúng ta đã thấy trong phần giới thiệu Phật giáo, Aśoka đã sử dụng Phật giáo như một quyền-lực-mềm ở Sri Lanka và Kanishka ở khu vực Trung Quốc. Sau này, các vị vua Chola vào thế kỷ thứ 10 cũng cho phép hình thành các tu viện ở Ấn Độ để các tu sĩ Phật giáo lãnh đạo việc mở rộng văn hóa này. Triều đại Pala là một trong những triều đại ở Ấn Độ thời trung cổ đã dẫn đến việc Phật giáo hòa nhập hoàn toàn vào các vùng Tây Tạng và di cư sang các vùng khác. Sự hồi sinh lợi ích tiềm tàng của Phật giáo trong chính sách đối ngoại hiện đại được tạo điều kiện thuận lợi, nhờ sự thành lập của một số tổ chức và việc triệu tập nhiều hội đồng và hội nghị trong những thập kỷ sau Thế chiến thứ hai. Những điều này nhấn mạnh sự hợp tác xuyên quốc gia giữa các giáo phái khác nhau của Phật giáo. Điều này bắt đầu bằng một hội nghị được tổ chức tại Sri Lanka mới độc lập, nơi Hiệp hội Phật tử Thế giới được thành lập. Năm 1952, dưới sự lãnh đạo của thủ tướng Jawaharlal Nehru, Ấn Độ đã đăng cai tổ chức Hội nghị Phật giáo Quốc tế tại Sanchi với sự tham dự của hơn 3.000 chư tôn thiền đức Tăng Ni và các nhà sử học Phật giáo. Năm 1954, Hội đồng Phật giáo lần thứ sáu được triệu tập tại Miến Điện do Baba Saheb Ambedkar chủ trì.

Năm 2016, Hội nghị Phật giáo Quốc tế lần thứ 15 được Bộ Du lịch Ấn Độ tổ chức tại Varanasi với sự tham dự của 39 quốc gia trên toàn thế giới. Những điều này đã mang lại cho Ấn Độ một tính hợp pháp đặc biệt. Trên thực tế, chính phủ Ấn Độ đặc biệt nhấn mạnh đến di sản Phật giáo chung và một số sáng kiến cũng đã được thực hiện trong giới học thuật. Ví dụ, việc thành lập Đại học Nalanda là sáng kiến được nhiều nước châu Á tài trợ. Phật giáo là một phần nội tại của di sản tinh thần của Ấn Độ.

Tầm quan trọng của sự tham gia của giới trẻ vào Phật giáo

Bây giờ chúng ta sẽ thảo luận lý do đằng sau tầm quan trọng của việc giới trẻ tham gia vào Phật giáo. Tất cả chúng ta đều nhận thức rằng thanh niên là những nhà lãnh đạo tương lai. Thế hệ trẻ hôm nay là những nhà lãnh đạo của ngày mai. Sự tham gia của giới trẻ cũng rất quan trọng để củng cố cội nguồn của tôn giáo. Thế hệ trẻ này là đối tượng tiêu dùng thông tin lớn nhất và họ cập nhật rất nhiều về thế giới hiện tại của chúng ta và có thể dễ dàng phối hợp với mọi tầng lớp người dân. Tuổi trẻ là một giai đoạn mà ở đó họ đóng vai trò là người kết nối giữa trẻ em và người lớn. Ngoài việc cung cấp môi trường cho giới trẻ, vai trò của thanh niên trong tôn giáo còn có thể liên quan đến việc giúp đỡ người già trong cộng đồng. Họ cũng có thể tham gia vào các hoạt động khác trong các tổ chức tôn giáo và giúp đỡ các thành viên lớn tuổi hơn trong việc tìm kiếm tâm linh. Giới trẻ là tương lai của một tôn giáo và thường là những người sẽ quyết định xem, nên theo truyền thống của quá khứ hay giới thiệu một điều gì đó mới mẻ. Giới trẻ cũng là nguồn lực tốt nhất để đảm bảo rằng các tổ chức tôn giáo không bị tuyệt chủng. Họ có thể đưa ra những quan điểm mới mẻ về những điều họ nhìn thấy và trải nghiệm. Họ có thể là trụ cột của bất kỳ tổ chức nào và là chìa khóa cho sự tăng trưởng và phát triển của tổ chức đó.

Thanh niên cũng có thể lãnh đạo các nhóm nhỏ. Đây là một cách tuyệt vời để tạo ra một liên kết mạnh mẽ. Giới trẻ cũng sẽ là một phần có giá trị của hội thánh.

Như chúng ta đã thảo luận, lợi ích của việc thanh niên tham gia vào các tổ chức tôn giáo là tốt cho một tôn giáo. Điều quan trọng nữa là giới trẻ phải kết nối với tâm linh và thực hành nó một cách tuần tự, tổ chức tôn giáo là nơi tốt nhất để làm điều đó. Hiện nay, giới trẻ đang phải đối mặt với nhiều vấn đề khác nhau trong cuộc sống. Họ là nạn nhân của trầm cảm và lo âu, nên bản chất họ trở nên thiếu chánh niệm, đãng trí và lơ đễnh. Ngoài lời khuyên của Đức Phật về việc ngăn ngừa và xử lý trầm cảm, thiền là cách duy nhất để thoát khỏi tình trạng này - thiền có nghĩa là hành động tập trung vào một điều duy nhất như một cách để trở nên bình tĩnh và thư thái. Đặc biệt, thiền chánh niệm và thiền từ bi được cho là có tác dụng rất lớn trong việc ngăn ngừa và điều trị trầm cảm.

TÀI LIỆU THAM KHẢO

- Ghi chú về lịch sử và văn hóa nghệ thuật Ấn Độ dành cho các dịch vụ dân sự do Viện Sahojpath cung cấp.

9

HÒA BÌNH THẾ GIỚI THÔNG QUA PHẬT GIÁO

Subhankar Barua
Cán bộ Việc làm, Ban Lao động WBES
Nhóm A của WBCS, Chính phủ Tây Bengal,
Thành viên của Hiệp hội Phật giáo trẻ,
Jetaban Buddha Bihar

Có lý do chính đáng để xem Phật giáo là tôn giáo hòa bình nhất trên thế giới. Phật giáo nhấn mạnh nguyên tắc ahimsa, *"không gây tổn thương"* cho các sinh vật khác. Phật giáo là một truyền thống thần học tôn giáo nổi bật nhằm thúc đẩy hòa bình và hòa hợp thế giới dựa trên triết lý về chủ nghĩa nhân văn từ thiện và tình huynh đệ phổ quát, là dấu hiệu nổi bật của lời dạy của Đức Phật vượt qua mọi rào cản về chủng tộc, xã hội và văn hóa quốc gia. Thế kỷ XXI này, nơi đồng hồ đang tích tắc với những nhịp sống hiện đại, nơi chúng ta thực sự đang sống trong tình trạng mâu thuẫn, mơ hồ và những lo lắng cố hữu được cho là một dấu mốc của thời hiện đại. Trong bối cảnh thế giới đang bị tàn phá bởi nghèo đói, thất nghiệp, khủng hoảng xã hội, lòng tham và chiến tranh kéo dài, dường như chiến tranh đã trở thành tuyên truyền để vun đắp nền kinh tế quyết liệt. Himsa (*bạo động*) đã biến thành một phương thức tấn công hòa bình hiện đại nhằm phá hoại hạnh phúc của người khác.

Các thời đại xã hội đã chứng kiến những biến động xã hội quan trọng nhất trên thế giới. Đời sống chính trị xã hội, sự chuyển đổi từ các nhóm xã hội nhỏ lên nhà nước, sự hình thành quân đội, xuất hiện các tầng lớp thương gia với những tệ nạn xã hội đi kèm đặc trưng của chủ nghĩa thương mại. Điều này dẫn đến sự trái ngược ngày càng gia tăng và bất cứ điều gì trái ngược với điều này sẽ dẫn đến sự xáo trộn hòa bình và xung đột. Xung đột giữa Ukraine-Nga, giữa Mỹ-Iran, các hoạt động khủng bố, và tất cả những điều này chỉ nhằm mâu thuẫn rằng ai sẽ đóng vai trò chính trong giới chính trị. Giữa sự căng thẳng do những điều này tạo ra, con người bị mất tự do, bình đẳng và tình huynh đệ. Niềm hy vọng và nhu cầu hòa bình thế giới được thay thế bằng sự im lặng.

"Hòa bình" hay "shanti" không chỉ là sự vắng mặt của chiến tranh hay thù địch, mà nó là santisukha, đi kèm với yên bình và hạnh phúc. Hòa bình trong một quốc gia không chỉ có nghĩa là không có xung đột. Nó cũng có nghĩa là cho phép công dân phát triển phúc lợi kinh tế và xã hội của riêng mình để có cuộc sống hạnh phúc. Vì thế, hòa bình và hạnh phúc phải đi đôi với nhau. Không thể có hòa bình thực sự nếu không có hạnh phúc thực sự. Nó cũng đề xuất rằng hòa bình trong xã hội là một mục tiêu rất hữu hình. Đạt được hòa bình là điều có thể đạt được và đó là một trách nhiệm. Ngày nay, hầu hết đều đồng ý rằng hòa bình không còn là một trạng thái ổn định cần đạt được ở cuối đường hầm mà là một tổng hợp của những tương tác năng động, đòi hỏi phải tiếp tục phấn đấu vì những điều kiện luôn thay đổi của tất cả các lực lượng và yếu tố liên quan.

Chính Đức Phật đã đưa ra một sự thay thế. Mọi người muốn sống một cuộc sống hạnh phúc cao thượng mà không gây tổn hại cho bản thân. Đức Phật dạy họ nên bắt đầu bằng việc tránh gây tổn hại cho người khác, về mặt thể chất và lời nói ở cấp độ cá nhân.

Phật giáo như một quy tắc xã hội dẫn chúng ta đến hòa bình, hiểu biết và hội nhập. Đức Phật đã cố gắng khắc sâu vào trong các đệ tử của mình ý thức phục vụ và hiểu biết bằng tình yêu thương, lòng từ bi bằng cách tách con người ra khỏi đam mê, nâng cao các khuynh hướng nhân văn với sự trợ giúp của đạo đức, karuna và samata. Khi xây dựng cơ sở lý thuyết về pháp của mình, Đức Phật coi nỗi đau khổ ở thời đại của Ngài như một căn bệnh. Arya satyas mà Ngài tuyên bố có liên quan đến đau khổ. Đức Phật đã nêu lên những khổ đau vật chất cụ thể. Vấn đề rốt ráo của mọi đau khổ của con người đều bắt nguồn từ sự thiếu hiểu biết và vấn đề được giải quyết đơn giản bằng cách loại bỏ nó khỏi cảnh giới thực tại thông qua nguyên tắc pháp. Điều này cho chúng ta biết về cốt lõi của Phật giáo, tức là Bát Chánh Đạo được xây dựng để mang lại hạnh phúc và hòa bình không chỉ cho cá nhân mà còn cho xã hội nói chung.

Quan điểm hòa bình như sản phẩm tập thể rất phù hợp với thế giới quan của Phật giáo dựa trên nguyên lý duyên khởi, trong đó nhấn mạnh đến sự ảnh hưởng lẫn nhau của tất cả các yếu tố liên quan trong mọi tình huống. Tuy nhiên, lời dạy của

Phật giáo cũng nhấn mạnh rằng bạo lực làm tổn hại đến trạng thái tinh thần của thủ phạm cũng như nạn nhân. Những suy nghĩ hay hành động ác ý được coi là những chướng ngại trên con đường dẫn đến Niết bàn, sự siêu việt tự thân là điểm cuối của mọi nỗ lực tâm linh. Với hệ quy chiếu phụ thuộc lẫn nhau này, người Phật tử muốn có một cái nhìn toàn diện về hòa bình, thay vì chỉ tập trung vào hòa bình cá nhân.

Ở cấp độ quốc tế, các quốc gia có nhiệm vụ phát triển xã hội, kinh tế, chính trị và khả năng tự lực của mình vì hạnh phúc của người dân. Đồng thời, họ phải ý thức được những gì đang diễn ra bên ngoài biên giới của mình và góp phần duy trì hòa bình thế giới. Nếu không có hòa bình thế giới thì không thể đạt được sự yên bình, hòa hợp cần thiết cho sự phát triển và tiến bộ của các quốc gia. Trong thế giới đang thay đổi ngày nay, Phật giáo có rất nhiều đóng góp vào việc thiết lập hòa bình. Phật giáo cung cấp học thuyết mang tính cách mạng về hòa bình bằng khái niệm thịnh vượng chung của pháp.

Sabbe satta sukhita hontu

Sabbe dukhya gamochantu

May all beings be happy.

TÀI LIỆU THAM KHẢO

- Barua, Dipak Kumar. 2015. *Buddhist Philosophy.* Createspace Publishing, California, USA.

- *Brainwave: A Multidisciplinary Journa*l, Volumes 1, 2, , 4, 5.
- Mahasthavir, Pandit Dharmadar. 1994. *Dhammapada*, Dharmadhar Bouddha Grantha Prakasani, Calcutta.
- Sen, Ranabrata, ed. 1968. *Dhammapada*, Haraf Prakasani, Kolkata.
- Sherab, Khenchen Palden Rinpoche and Dongyal, Khenpo Tsewang Dongyal Rinpoche. 1997. *The Light of Peace,* 2nd ed. New York: Padmasambhava Buddhist Centre, 7, 13, 22.
- Sherab, Khenchen Palden Rinpoche and Dongyal, Khenpo Tsewang Dongyal Rinpoche. 2019. *The Light of Peace: How Buddhism Shines in the World,* New York: Padmasambhava Buddhist Centre.
- Tagore, Rabindranathi. 1984. *Maitri Bhavana O Bauddha Darshan*. Shantiniketan, India: Visva B h a r a t i University.
- Vivekananda, Swami. 1996. *Buddha o Bauddha Dharma*, 8th ed. West Bengal, India: Belur Math.

10

Ý TƯỞNG CỦA PHẬT GIÁO VÌ HÒA BÌNH THẾ GIỚI: NUÔI DƯỠNG SỰ HÒA HỢP VÀ LÒNG TỪ BI

Pradyut Chowdhuri

Tổng thư ký, Rishra Bauddha Samity Rishra, W.B. Ấn Độ

Giới thiệu

Trong thế giới đầy rẫy xung đột và tranh chấp, việc theo đuổi hòa bình toàn cầu vẫn là khát vọng lâu dài. Phật giáo, một truyền thống triết học và tâm linh có nguồn gốc từ Ấn Độ cổ đại, mang đến những hiểu biết và thực hành sâu sắc có thể góp phần đạt được sự hòa hợp toàn cầu. Với sự nhấn mạnh vào lòng từ bi, chánh niệm và sự kết nối giữa tất cả chúng sinh, Phật giáo đưa ra quan điểm độc đáo về việc đạt được hòa bình ở cả cấp độ cá nhân và tập thể. Bài viết này tìm hiểu những giáo lý cơ bản của Phật giáo, những nguyên tắc cốt lõi và cách áp dụng chúng để thúc đẩy hòa bình và hiểu biết trên thế giới.

Giáo lý cốt lõi của Phật giáo

Trọng tâm của Phật giáo là Tứ Diệu Đế, thừa nhận sự tồn tại của đau khổ, nguồn gốc của nó, khả năng giải thoát khỏi đau khổ và con đường để đạt được nó. Con đường dẫn đến giải thoát gọi là Bát Thánh Đạo, bao gồm chánh kiến, chánh tư duy, chánh ngữ, chánh nghiệp, chánh mạng, chánh tinh tấn, chánh niệm và chánh định. Thông qua những hành động tử tế, tha thứ và đồng cảm, các cá nhân có thể nuôi dưỡng tư duy từ bi và mở rộng nó đến người khác, thúc đẩy hòa bình trong môi trường xung quanh họ và hơn thế nữa.

Lòng từ bi là nền tảng

Người Phật tử nhận ra rằng tất cả chúng sinh đều có mối liên hệ với nhau và hành động của chúng ta có những hậu quả vượt ra ngoài bản thân chúng ta. Nhận thức này nuôi dưỡng ý thức trách nhiệm và lòng trắc ẩn đối với người khác. Phật giáo dạy rằng hạnh phúc và hòa bình thực sự có thể được tìm thấy thông qua việc giảm bớt đau khổ cho người khác, cũng như cho chính chúng ta. Bằng cách nuôi dưỡng lòng từ bi và thực hiện những hành động tử tế, người Phật tử hướng tới hạnh phúc của tất cả chúng sinh. Thông qua những hành động tử tế, tha thứ và đồng cảm, các cá nhân có thể nuôi dưỡng tư duy từ bi và mở rộng nó đến người khác, thúc đẩy hòa bình trong môi trường xung quanh họ và hơn thế nữa.

Chánh niệm và Bình an nội tâm

Chánh niệm, một khía cạnh quan trọng khác của Phật giáo, liên quan đến việc có mặt đầy đủ và nhận thức được suy nghĩ, cảm xúc và môi trường xung quanh của mình. Bằng cách thực hành chánh niệm, mỗi người có thể phát triển sự hiểu biết sâu sắc về tâm trí và cảm xúc của chính mình. Sự tự nhận thức này cho phép họ ứng phó với những tình huống đầy thử thách một cách bình tĩnh, thúc đẩy hòa bình trong chính họ và trong sự tương tác của họ với người khác. Khi mọi người tìm thấy sự bình yên trong chính mình, họ sẽ được trang bị tốt hơn để ứng phó với những xung đột và thách thức một cách rõ ràng và từ bi, từ đó góp phần thúc đẩy hòa bình trên thế giới.

Giải quyết bất bạo động và xung đột

Phật giáo nhập thế là khái niệm khuyến khích Phật tử tích cực tham gia vào việc cải thiện xã hội và hoạt động vì công bằng xã hội. Những Phật tử nhập thế nỗ lực giảm bớt đau khổ và thúc đẩy hòa bình bằng cách giải quyết các vấn đề xã hội, kinh tế và môi trường. Họ ủng hộ sự bình đẳng, lòng nhân ái và hành vi đạo đức trong mọi khía cạnh của cuộc sống. Những hành giả Phật giáo dấn thân thường tham gia vào công việc nhân đạo, thúc đẩy giáo dục, hỗ trợ các tổ chức phi lợi nhuận và tham gia vào các sáng kiến xây dựng hòa bình. Bằng cách tích cực làm việc để giải quyết các nguyên nhân gây đau khổ và thúc đẩy công lý, những người Phật tử dấn thân góp phần thực hiện hòa bình thế giới.

Thực hành Phật giáo vì hòa bình thế giới

Phật giáo đưa ra một số thực hành có thể góp phần thực hiện hòa bình toàn cầu. Thiền, nền tảng của thực hành Phật giáo, giúp các cá nhân phát triển sự bình tĩnh và sáng suốt bên trong. Bằng cách nuôi dưỡng trạng thái tâm hồn bình yên thông qua thiền định, các cá nhân trở nên có khả năng hơn trong việc ứng phó với những xung đột bằng trí tuệ và lòng từ bi.

Tham gia vào thiền tâm từ, hay thực hành lòng từ ái là một cách khác mà Phật tử thúc đẩy hòa bình. Thực hành này liên quan đến việc phát sinh những cảm giác yêu thương, từ bi và thiện chí đối với bản thân, những người thân yêu, những cá nhân trung lập và thậm chí cả những kẻ thù. Bằng cách trau dồi những phẩm chất này, các học viên tìm cách làm tan biến sự thù địch và tạo ra bầu không khí hiểu biết và hòa giải.

Đức Phật nhận ra rằng hòa bình chỉ đến khi con người hạnh phúc. Đức Phật muốn con người thoát khỏi mọi ác ý, sân hận, ham mê những ham muốn thấp hèn và những tư tưởng xấu xa. Đức Phật muốn thay thế những điều này bằng những tư tưởng tốt đẹp, những ước muốn xứng đáng, những tình cảm bác ái và từ bi, và một thái độ thanh thản và điềm tĩnh.

Hơn nữa, các nguyên tắc Phật giáo khuyến khích hành vi đạo đức và trách nhiệm xã hội. Năm giới, bao gồm việc không: làm hại chúng sinh, trộm cắp, tà dâm, nói dối và say rượu, là những hướng dẫn để có một cuộc sống đạo đức. Bằng cách tuân thủ những giới luật này, các cá nhân góp phần tạo nên một xã hội hòa bình và công bằng hơn.

Phật giáo nhập thế

Phật giáo nhập thế là một khái niệm khuyến khích Phật tử tích cực tham gia vào việc cải thiện xã hội và hoạt động vì công bằng xã hội. Họ ủng hộ sự bình đẳng, lòng nhân ái và hành vi đạo đức trong mọi khía cạnh của cuộc sống. Những hành giả Phật giáo dấn thân thường tham gia vào công việc nhân đạo, thúc đẩy giáo dục, hỗ trợ các tổ chức phi lợi nhuận và tham gia vào các sáng kiến xây dựng hòa bình. Bằng cách tích cực làm việc để giải quyết các nguyên nhân gây đau khổ, thúc đẩy công lý, những Phật tử nhập thế góp phần hiện thực hóa hòa bình thế giới.

Phần kết luận

Những ý tưởng của Phật giáo đưa ra một cách tiếp cận toàn diện và toàn diện để đạt được hòa bình thế giới. Bằng cách nuôi dưỡng lòng từ bi, thực hành chánh niệm, chấp nhận bất bạo động, nhận ra sự liên kết, phát triển trí tuệ và tham gia vào hành động từ bi, các cá nhân và xã hội có thể hướng tới một thế giới hòa bình và hài hòa hơn. Giáo lý của Phật giáo nhắc nhở chúng ta về tiềm năng hòa bình vốn có trong mỗi cá nhân và khuyến khích chúng ta mở rộng hòa bình đó đến những người khác. Khi chúng ta cùng nhau nắm bắt những ý tưởng này, chúng ta sẽ tiến gần hơn đến việc hiện thực hóa một thế giới nơi lòng nhân ái, sự hiểu biết và sự hòa hợp chiếm ưu thế.

TÀI LIỆU THAM KHẢO

- Barua, Rudiak Kumar, 1998, *Buddhist Philosophy*. India.

- Das, Asha. 2013. *Bauddha Darshan O Rabindranath*. India: Mahabodhi Book Agency, Kolkata- 73.
- *Brainwave: A Multidisciplinary Journa*l, Volumes 1–5. Mahasthavir, Pandit Dharmadar. 1994. *Dhammapada*, Dharmadhar Bouddha Grantha Prakasani, Calcutta.
- Vivekananda, Swami. 1996, *Buddha o Bauddha Dharma*. West Bengal, India: Belur Math.

11

PHẬT GIÁO CHO THẾ GIỚI HÒA BÌNH VÀ HÒA HỢP

Madhumita Barua

Phật tử, Satragachhi, Tây Bengal

Đầu tiên, tôi xin gửi lời cảm ơn chân thành đến ban tổ chức đã cho tôi cơ hội được phát biểu về chủ đề ngày hôm nay, "Những Đóng góp của Phật giáo cho Hòa bình và Hòa hợp thế giới."

Trước hết, tôi cảm thấy vô cùng may mắn vì được sinh ra ở Ấn Độ, thánh địa nơi Đức Phật Thích Ca nhập Niết Bàn.

Phật giáo là chân lý về hòa bình, bất bạo động và hòa hợp bắt nguồn từ việc diệt trừ sáu tật xấu của nhân loại. Bất bạo động dạy nhân loại chung sống với người khác trong hòa bình và hòa hợp. Đó là truyền thống tôn giáo hiếm có về hòa bình và hòa hợp với những giáo lý siêu phàm của Đức Phật.

Phật giáo không chỉ lan truyền trong nước mà còn ra nước ngoài. Các nguyên tắc hòa bình, cảm thông, từ bi và bác ái đã hình thành nên cuộc đời của vô số vị thánh và tôi tự hào nói rằng chính sách đối ngoại được tuyên bố của Ấn Độ dựa trên Ngũ Giới (*panshasila*), một thuật ngữ Phật giáo.

Đức Phật đã dạy thế giới rằng hận thù cần được xóa bỏ, không phải bằng hận thù mà bằng tình thương và lòng từ bi. Mục tiêu cuối cùng của Phật giáo là đạt được sự bình an vĩnh viễn và tuyệt đối tức Niết Bàn. Điều này nuôi dưỡng văn hóa khoan dung, bất bạo động và phục vụ người khác một cách vị tha. Thông điệp và lời dạy về hòa bình và hòa hợp của Ngài thật đáng kinh ngạc và mạnh mẽ đến nỗi kẻ chinh phục bạo chúa A-dục (*Ashoka*) đã biến thành người cai trị hòa bình, Người không chỉ thiết lập hòa bình trong vương quốc của mình mà còn cử con trai là Thái tử cũng là Tỳ-kheo Mahinda, con gái là Công chúa cũng là Tỳ-kheo-ni Sanghamitta đến Ceylon (*Sri Lanka*) thành lập Tăng đoàn, Ni đoàn truyền bá thông điệp hòa bình và hòa hợp với các quốc gia khác nhau.

Phật giáo tìm kiếm sự hòa hợp giữa bản thân và người khác, tránh mọi xung đột. Các nguyên lý cơ bản của Phật giáo là thúc đẩy hòa bình và hòa hợp trong các cộng đồng, các nhóm chủng tộc và tôn giáo khác nhau. Đặc điểm của Phật giáo là cung cấp một cách dễ dàng để hiểu các quy tắc đạo đức và phương pháp giảng dạy.

Chính những sắc lệnh bất bạo động bao hàm ý tưởng về hòa bình trên khắp thế giới và trong thế giới bị chia cắt của thời hiện đại đã thay đổi, những thông điệp của Đức Phật có ý nghĩa rất quan trọng, đặc biệt là trong thời điểm quan trọng hiện nay khi thế giới đang rất cần hòa bình và hòa hợp. Phật giáo có vai trò to lớn trong việc thiết lập hòa bình bền vững. Vì vậy, những Phật tử chúng ta phải có trách nhiệm khắc sâu vào tâm trí con người mục tiêu thực sự của đời người, đó là duy trì bất bạo động, từ bi, tình yêu thương. Cốt lõi của Phật giáo là Bát chánh đạo đã được phát triển để mang lại hạnh phúc, hòa bình và hòa hợp, không chỉ cho cá nhân hay cộng đồng, mà còn cho thế giới.

Lý tưởng hòa bình của Phật giáo được định nghĩa khá rõ ràng trong Kinh Saddharmapundarika (*Kinh Pháp Hoa*), mô tả con đường đạo đức của Bồ Tát là sống để mang lại lợi ích cho nhân loại và dẫn đến hòa bình tối thượng.

Bất cứ nơi nào Phật giáo lan truyền đến, đều thay đổi cách tổ chức cộng đồng. Phật giáo tạo ra những thay đổi quan trọng trong hệ thống phân cấp xã hội, tạo cơ hội cho phụ nữ, trao cho các cá nhân thuộc mọi tầng lớp vai trò thực hành tâm linh, đạt kết quả tâm linh hay chứng ngộ bằng nhau..

Vì vậy, thông điệp và nguyên lý của Phật giáo đã đạt được ý nghĩa to lớn trong việc duy trì hòa bình và hòa hợp toàn cầu cho nhân loại, thể hiện sự tin cậy của họ vào con đường tín ngưỡng như Đức Phật đã dạy.

Rõ ràng là ngay từ thời Đức Phật cho đến thời hiện đại, triết lý Phật giáo đang phục vụ toàn thể nhân loại. Ví dụ, có thể đề cập rằng Sakyong Mipham Rinpoche, vị trụ trì của dòng truyền thừa Shambhala, đã thỉnh thoảng tổ chức các hội nghị hòa bình ở nhiều nơi trên thế giới để mang lại hòa bình, hạnh phúc, lòng từ bi và hòa hợp cho người dân.

Chúng ta có thể nói rằng những lời dạy cao quý của Đức Phật về việc chuyển hóa các tệ nạn và đạt được hòa bình, có tác động to lớn đến hạnh phúc chung của con người, cả trong và ngoài nước. Điều này mang lại hòa bình, tình hữu nghị và hòa hợp phổ quát rất cần thiết. Đây là những điều bắt buộc để thúc đẩy sự chung sống hòa bình và mối quan hệ giữa các quốc gia trong thời hiện đại khi thế giới bị xáo trộn vì lý do này hay lý do khác có thể tránh được. Chúng ta có thể kết luận đúng đắn rằng chúng ta có thể làm cho cuộc sống của mình trở nên thăng hoa bằng cách hô vang những lời dạy bất diệt của Đức Phật: "Với suy nghĩ của mình, chúng ta có thể tạo nên thế giới."

TÀI LIỆU THAM KHẢO

- *Brainwave: A Multidisciplinary Journa*l ,Vol 1, vol 2, vol 3, vol 4, vol 5.
- Brammachary, Pandit Silananda. 2011. *Mahasanti Mahaprem*. Kolkata: Maha Bodhi Book Agency.
- Mahasthavir, Pandit Dharmadar. 1994. *Dhammapada*, Dharmadhar Bouddha Grantha Prakasani, Calcutta-15.
- Priya, Buddha Mahathero. 2018. *The Light of Peace,* Mahabodhi Book Agency.
- Tagore, Rabindranathi. 1984. *Maitri Bhavana O Bauddha Darshan*. Shantiniketan, India: Visva Bharati University.
- Vivekananda, Swami. 1996. *Buddha O Bauddha Dharma*, 8th ed. West Bengal, India: Belur Math.

- Sankrityayan, Mahapandita Rahul. 1989, Buddhist Philosophy. Moscow: Lenin University.

12

TRÍ TUỆ CỦA PHẬT GIÁO VÀ HÒA BÌNH THẾ GIỚI

Utpal Kanti Chowdhury

Chủ tịch, RBSKS, Kolkata, Ấn Độ

Bình yên là trạng thái hạnh phúc thiêng liêng trong tâm hồn. Nó được nhiều người hướng đến, từ người khỏe mạnh đến bệnh tật, giàu đến nghèo, từ những người quyền lực đến những người khốn khổ. Người ta đi khắp nơi từ miền núi đến bờ biển, từ thánh địa đến rừng hoang để tìm kiếm sự bình yên. Nhưng ai sẽ cho chúng ta hòa bình? Chúng ta sẽ đạt được nó bằng cách nào? Nó được săn đón nhất, quý giá nhất nhưng lại là thứ khó nắm bắt nhất trong cuộc đời mỗi người, ở trong nước cũng như trên đấu trường quốc tế.

Nói về tình hình quốc tế, sự xung đột giữa Ukraine và Nga, Thổ Nhĩ Kỳ và Syria, Mỹ và Cuba, Ấn Độ và các nước láng giềng, v.v... đã gây ra tác động tiêu cực đến toàn thế giới cả về mặt chính trị lẫn kinh tế. Giá cả hàng hóa tăng cao gây thủng túi của người dân, ảnh hưởng đến đời sống riêng tư và xã hội của họ. Tình hình chung đang phá hủy sự bình yên và tĩnh lặng của cả người phạm tội và nạn nhân. Căng thẳng đang gia tăng ở khắp mọi nơi vì những lý do trực tiếp hay gián tiếp, và mọi người xung quanh chúng ta cũng như những nơi khác trên thế giới đang tìm kiếm sự hỗ trợ tinh thần từ một điều gì đó hoặc ai đó hoặc từ một ý tưởng tâm linh nào đó. Ở đây, nói lên vai trò của Phật giáo trong việc mang lại hòa bình thế giới.

Phật giáo thúc đẩy ý tưởng hòa bình thế giới thông qua giáo lý và thực hành. Các nguyên tắc cốt lõi của Phật giáo, chẳng hạn như lòng từ bi, bất bạo động và chánh niệm cung cấp nền tảng cho việc nuôi dưỡng hòa bình nội tâm, sau đó có thể mở rộng để thúc đẩy hòa bình trên thế giới.

Dưới đây là một số cách mà Phật giáo góp phần vào khát vọng hòa bình thế giới:

Lòng từ bi và lòng nhân ái: Phật giáo nhấn mạnh đến việc trau dồi lòng từ bi và lòng nhân ái đối với tất cả chúng sinh. Bằng cách phát triển sự đồng cảm và hiểu biết, người Phật tử cố gắng giảm bớt đau khổ và thúc đẩy sự hòa hợp giữa các cá nhân và cộng đồng.

Bất bạo động: Phật giáo chủ trương bất bạo động là nguyên tắc cơ bản. Giới luật đầu tiên của Phật giáo là không làm hại chúng sinh. Điều này không chỉ bao gồm tổn hại về thể chất mà còn bao gồm tổn hại về lời nói và tinh thần. Bằng cách tuân thủ bất bạo động, Phật tử nỗ lực giải quyết xung đột một cách hòa bình và thúc đẩy xã hội bình yên.

Sự kết nối và phụ thuộc lẫn nhau: Phật giáo dạy rằng tất cả chúng sinh đều có mối liên hệ với nhau và phụ thuộc lẫn nhau. Khái niệm này nêu bật ý tưởng rằng mọi thứ phát sinh do nhiều nguyên nhân và điều kiện. Hiểu được sự liên kết này khuyến khích các Phật tử nhận ra tính nhân loại chung và nỗ lực hướng tới hạnh phúc của tất cả mọi người, điều này có thể góp phần vào sự hòa hợp toàn cầu.

Chánh niệm và Thiền định: Phật giáo nhấn mạnh vào việc thực hành chánh niệm và thiền định. Bằng cách trau dồi nhận thức và tính không phản ứng, các cá nhân có thể phát triển sự bình an nội tâm và giảm bớt xu hướng gây hấn và bạo lực. Sự chuyển đổi cá nhân này có thể có tác động lan tỏa, dẫn đến những tương tác hòa bình hơn trong xã hội.

Phật giáo nhập thế: Phật giáo nhập thế là một phong trào đương đại trong Phật giáo nhằm khuyến khích sự tham gia tích cực vào các vấn đề xã hội và chính trị để giảm bớt đau khổ và thúc đẩy hòa bình. Những Phật tử nhập thế áp dụng các nguyên tắc và thực hành Phật giáo để giải quyết những bất công xã hội, nghèo đói, những vấn đề về môi trường và những thách thức toàn cầu cấp bách khác.

Đối thoại và hòa giải: Phật giáo đề cao đối thoại và hòa giải như một phương tiện để giải quyết xung đột và xây dựng sự hiểu biết. Việc thực hành lắng nghe sâu sắc, giao tiếp đầy cảm thông và tha thứ có thể góp phần chữa lành vết thương cá nhân và tập thể, từ đó thúc đẩy hòa bình.

Điều quan trọng cần lưu ý là trong khi Phật giáo cung cấp những hiểu biết sâu sắc và công cụ có giá trị để thúc đẩy hòa bình, thì việc đạt được hòa bình thế giới đòi hỏi nỗ lực tập thể từ các cá nhân, cộng đồng và xã hội. Phật giáo phục vụ như một triết lý chỉ đạo, truyền cảm hứng cho các cá nhân nỗ lực hướng tới hòa bình trong cuộc sống của chính họ và lan tỏa điều tương tự đến cuộc sống của người khác.

Phật giáo không chỉ đơn thuần là một tôn giáo của đức tin và thực hành mà còn là một tôn giáo khoa học đã được thử nghiệm qua thời gian dựa trên sự giác ngộ tâm linh và lý luận biện chứng. Triết lý Phật giáo phù hợp hơn nhiều với thế giới đang bị khủng hoảng tàn phá của chúng ta ngày nay để thiết lập hòa bình thế giới một cách lâu dài. Phật giáo là một truyền thống thần học tôn giáo nổi bật về hòa bình và hòa hợp. Nó dựa trên triết lý của chủ nghĩa nhân văn từ thiện và tình huynh đệ phổ quát. Đây là điểm nổi bật trong giáo lý của Đức Phật.

TÀI LIỆU THAM KHẢO

1. Brammachary, Pandit Silananda. 2011. *Mahasanti Mahaprem*. Kolkata: Maha Bodhi Book Agency.
2. Das, Asha. 2016. Bauddha Darshan O Rabindranath. India: Calcutta University.
3. Mahasthavir, Pandit Dharmadar. 1994. *Dhammapada*, Dharmadhar Bouddha Grantha Prakasani, Calcutta.
4. Priya, Buddha Mahathero, 2016, *The Light of Peace,* 2nd ed. SUSWM, Kolkata.
5. Sen, Ranabrata, ed. 1968. *Dhammapada*, Haraf Prakasani, Kolkata.
6. Tagore, Rabindranathi. 1984. *Maitri Bhavana O Bauddha Darshan*. Shantiniketan, India: Visva Bharati University.

7. Vivekananda, Swami. 1996. *Buddha O Bauddha Dharma,* 8th ed West Bengal, India: Belur Math.

13

PHẬT GIÁO VÀ HÒA BÌNH THẾ GIỚI

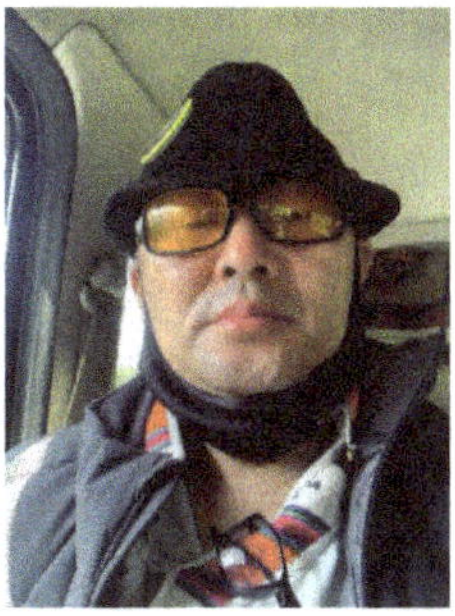

Nima Wangdi Sherpa

Chủ tịch, Ban Phát triển Sherpa
và Nhân viên Hòa bình, Darjeeling

Tôi rất vinh dự được phát biểu thay mặt cho cộng đồng người Sherpa ở Darjeeling về truyền thống Phật giáo Nyingmapa. Như bạn có thể biết, cộng đồng người Sherpa có mối liên hệ lâu đời với Phật giáo và truyền thống Nyingmapa giữ một vị trí đặc biệt trong trái tim chúng tôi.

Truyền thống Phật giáo Nyingmapa là một trong những trường phái lâu đời nhất của Phật giáo Tây Tạng, có lịch sử phong phú và nguồn gốc sâu xa ở vùng Himalaya. Từ

"Nyingma" có nghĩa là "cổ xưa", và truyền thống này được biết đến nhờ sự nhấn mạnh vào giáo lý của Padmasambhava, còn được gọi là Guru Rinpoche, người được coi là người sáng lập truyền thống Nyingmapa.

Truyền thống Nyingmapa được đặc trưng bởi sự tập trung vào Dzogchen, hay *"sự hoàn thiện vĩ đại"*, là con đường dẫn đến giác ngộ nhấn mạnh đến bản chất bẩm sinh của tâm trí. Truyền thống này cũng rất coi trọng việc thực hành thiền định, được coi là phương tiện để đạt được sự chứng ngộ và giải thoát tâm linh.

Truyền thống Nyingmapa đã có tác động đáng kể đến cộng đồng người Sherpa ở Darjeeling. Nhiều người Sherpa là những tín đồ tận tâm của truyền thống này và nó đã đóng một vai trò trung tâm trong các hoạt động văn hóa và tâm linh của chúng ta. Cộng đồng người Sherpa có lịch sử lâu đời trong vai trò hướng dẫn viên và người khuân vác cho các chuyến thám hiểm leo núi ở dãy Himalaya, và mối liên hệ sâu sắc của chúng tôi với Phật giáo đã giúp chúng tôi phát triển ý thức từ bi và phục vụ người khác.

Trong những năm gần đây, truyền thống Nyingmapa đã phải đối mặt với những thách thức và gián đoạn. Tuy nhiên, truyền thống này vẫn tồn tại và tiếp tục hiện diện mạnh mẽ ở khu vực Himalaya và xa hơn nữa.

Là thành viên của cộng đồng Sherpa, chúng tôi tự hào được gắn liền với truyền thống Phật giáo Nyingmapa. Chúng tôi tin rằng những lời dạy của nó có nhiều điều để cống hiến cho thế giới, đặc biệt là trong thời điểm có quá nhiều bất ổn và biến động. Chúng tôi hy vọng rằng truyền thống này sẽ tiếp tục phát triển và thông điệp về lòng từ bi, trí tuệ và sự chứng ngộ tâm linh của nó sẽ ngày càng đến được với nhiều người hơn trên khắp thế giới.

Cuối cùng, tôi muốn cảm ơn bạn đã cho tôi cơ hội để nói

về truyền thống Phật giáo Nyingmapa thay mặt cho cộng đồng Sherpa ở Darjeeling. Chúng tôi tự hào về mối liên hệ của chúng tôi với truyền thống cổ xưa và sâu sắc này, đồng thời chúng tôi hy vọng rằng những lời dạy của nó sẽ tiếp tục truyền cảm hứng và hướng dẫn chúng tôi trong những năm tới.

TÀI LIỆU THAM KHẢO

- *Brainwave: A Multidisciplinary Journa*l, Vols. 1–5.

14

CÁ NHÂN VÀ CỘNG ĐỒNG TRONG PHẬT GIÁO THỜI KỲ ĐẦU

Tiến sĩ Surajit Barua

Trợ lý Giáo sư,
Cao đẳng Seth Anandaram Jaypuriya, Kolkata

Giới thiệu

Trong hơn 2.500 năm, Phật giáo đã làm say mê các nhà tư tưởng cũng như các cư sĩ bằng những kiến thức sâu sắc về bản chất trải nghiệm sống của chúng ta và đưa ra giải pháp tổng quát, dễ dàng và thực tế cho vấn đề cơ bản, phổ quát nhất đang gây khó khăn cho toàn nhân loại kể từ thời xa xưa.

Trong bài viết này, tôi phân tích quan điểm của Phật giáo Nguyên thủy (*Theravada*) thời kỳ đầu về bản chất của mối quan hệ giữa con người với cộng đồng và các thể chế xung quanh họ. *Phần đầu* đề cập ngắn gọn về hai giáo lý cơ bản của Phật giáo làm nền tảng cho mọi cuộc thảo luận về trau dồi đức hạnh: paṭiccasamuppāda (*Lý duyên khởi*) và trilakshana (*Tam pháp ấn*). Trong *phần thứ hai*, tôi mô tả Đức Phật đã coi trọng việc xây dựng tâm lý đạo đức cá nhân như thế nào để dấn thân vào con đường cao thượng đến Niết Bàn và điều này đã dẫn đến quan niệm rằng Phật giáo là chủ nghĩa cá nhân như thế nào. *Phần thứ ba* làm rõ khái niệm xả ly hay từ bỏ và lập luận rằng lập trường của Phật giáo không loại trừ sự cô lập xã hội của người tìm kiếm Niết Bàn. *Phần thứ tư* sau đó trích dẫn một số trường hợp từ kinh điển làm bằng chứng cho sự cam kết của người Phật tử đối với việc phục vụ xã hội. Trong *phần thứ năm,* tôi lập luận rằng người Phật tử nguyên thủy ưu tiên phát triển nhân cách đạo đức của con người hơn là thực hiện những hành vi đạo đức. *Phần thứ sáu* có phần dài dòng lập luận rằng những Phật tử thời kỳ đầu không khuyến khích hoạt động chính trị hoặc xã hội trực tiếp như một phương tiện mang lại phúc lợi cộng đồng. *Phần cuối cùng* tóm tắt kết luận.

Paṭiccasamuppāda và Trilaksana
(Lý duyên khởi và Tam pháp ấn)

Lý duyên khởi ngụ ý rằng bất kỳ sự vật nào cũng đều phụ thuộc nhân quả vào vô số thực thể khác trong một thời điểm nhất định. Sự phụ thuộc có thể ở phía "nguyên nhân" cũng như phía "kết quả". Nguyên nhân của A đồng thời là kết quả của một số B. Hơn nữa, có nhiều nguyên nhân của bất kỳ sự kiện nào. Nghĩa là, tập hợp các sự vật có thể được coi là nguyên nhân hay điều kiện nhân quả *(hetupaccaya)* của A thì không phải là một tập hợp cố định. Paṭiccasamuppāda được diễn tả như mười hai khoen làm cho luân hồi *(bhava-cakka)* quay tròn. Mười hai liên kết bao gồm ba kiếp sống và sự sắp xếp của chúng giống như một vòng tròn chứ không phải một đường thẳng. Mỗi mắt xích phụ thuộc vào các mắt xích khác và chúng cùng nhau duy trì luân hồi, vòng luân hồi vô tận của tái sinh, khổ đau và chết đi. Một số dạng đau khổ luôn đi kèm với sự tồn tại. Để chấm dứt đau khổ, việc phá vỡ mối liên kết hay vòng tuần hoàn là điều cần thiết. Làm thế nào người ta có thể làm như vậy? Bằng sự hiểu biết về bản chất đích thực của thực tại *(trilaksana)*. Không nhận ra nó là avijja *(vô minh)*. Về tầm quan trọng của trilakshana trong giáo lý Phật giáo, Westerhoff viết: "Nếu nói về cốt lõi khái niệm của giáo lý Phật giáo là hợp lý thì bản chất đích thực của thực tại *(trilaksana)* có lẽ là một trong những ứng cử viên tốt nhất để đưa vào phần tuyên bố này."

Ba điều sau đây tạo thành những đặc tính cơ bản của thế giới hiện tượng *(trilakkhana)*:

1. Tất cả hành đều vô thường: *sabbe saṅkhārā aniccā*
2. Tất cả hành đều là khổ: *sabbe saṅkhārā dukkhā*
3. Tất cả pháp (kể cả pháp vô vi) đều vô ngã: *sabbe dhammā anattā*

Từ "sankhara" có nhiều nghĩa liên quan với nhau. Ở đây, hành *(sankhara)*[26] tượng trưng cho tất cả những sự vật tinh thần, cũng như vật chất hữu vi, được cấu tạo và tạo thành trong vũ trụ, được hình thành do kết quả của sự điều hòa bởi các nguyên nhân và điều kiện trước đó.

---

26. Năm uẩn: sắc (rupa), thọ (vedana), tưởng (sanna), hành (sankhara) và thức (vinnana) cấu thành con người hoặc một chúng sinh, cũng có thể được coi là các hiện tượng có điều kiện (sankhara). Là uẩn thứ tư trong năm uẩn (panchakkhanda), saṅkhara đề cập đến các lực hoặc ý chí tinh thần chịu trách nhiệm về hoạt động của thân và tâm, chẳng hạn như đói, sự chú ý và cảm xúc.

Chúng ta hãy thảo luận ngắn gọn về ba đặc điểm:

1) Anicca *(Sự vô thường của hành)*

Vì mỗi hành nghiệp bao gồm nhiều thành phần, lần lượt được tạo thành từ các thực thể khác và mỗi thực thể như vậy lại bị ảnh hưởng bởi vô số thực thể khác, nên mọi vật có điều kiện, được tạo dựng và hợp thành đều là vô thường. Sự bất ổn và thay đổi chiếm ưu thế trong mọi sự kiện và thực thể, trong mọi hiện tượng tinh thần và vật chất có bản chất sinh diệt. Như vậy, anicca (*vô thường*) theo sau một cách tự nhiên từ pratiyutta samutpada.

2) Dukkha *(bản chất đau khổ hoặc không thỏa mãn của hành)*

Trong Kinh Dukkhata của Tương Ưng Bộ Kinh[27], Đức Phật mô tả ba mức độ đau khổ khác nhau:

a) Khổ Khổ ***(Dukkha Dukkha)***: Đề cập đến sự đau khổ do nỗi đau thể xác và tinh thần đau khổ do sinh, già, bệnh và chết. Đây là ý nghĩa thông thường, thông thường mà chúng ta sử dụng thuật ngữ dukkha. Một số khổ-khổ không thể tránh khỏi trong cuộc sống hiện tại bởi vì chúng là sản phẩm của chính bản chất của sự tồn tại có điều kiện. Ai sinh ra cũng phải chịu đựng. Tất cả những gì bạn có thể làm là nỗ lực thực hiện paññā, sīla, samadhi *(tuệ, giới, định)* trong đời này và dập tắt ngọn lửa raga *(tham ái)* vốn chịu trách nhiệm chính cho bhāva. Tuy nhiên, chúng ta phải chịu đựng một số **khổ-khổ** do chúng ta thiếu kiến thức về cách thức vũ trụ vận hành.

b) Hoại Khổ ***(Viparinama Dukkha)***: Điều này đề cập đến đau khổ do tính chất vô thường, nhất thời của mọi thứ tồn tại. Vì không có gì có bản chất cố định *(swabhava)* và tạm

---

27. Bhikkhu Bodhi, 1999, Dukkhata Sutta (SN 45.165), *The Connected Discourses of the Buddha, A Translation of the Samyutta Nikaya* (Massachusetts: Wisdom Publications).

bợ, nên không có gì có khả năng mang lại khoái cảm, đau đớn hay thờ ơ một cách nhất quán và ổn định. Sự chấm dứt loại đau khổ này nằm ở sự hiểu biết rằng không có sự kiện hay thực thể nào vốn dĩ là tốt hay xấu. Không có ích gì khi cố gắng tránh né hay ghét bỏ sự thay đổi hay vô thường. Tôi càng sớm chấp nhận vô thường như bản chất cơ bản của mỗi hành uẩn thì klesa *(ô nhiễm tinh thần)* của sân hận *(dvesa)* càng sớm bị xóa bỏ. Khi avarana của dvesa bị loại bỏ, tôi ngừng phàn nàn "Tại sao lại là tôi?" Tôi nhận ra rằng mọi sự kiện, dù nó tác động thế nào đến chúng ta, cũng chỉ là một sự kiện có điều kiện xảy ra do sự hiện diện của những nguyên nhân điều kiện hóa của nó chứ không phải vì nó muốn tôi đau khổ hay vì tôi kém may mắn.

c) Hành Khổ ***(Sankhara Dukkha)***: Đây là dạng khổ vi tế nhất, chỉ ra sự bất mãn cơ bản lan tỏa khắp nơi mà chúng ta trải qua do sự tồn tại có điều kiện của chúng ta. Do thế giới quan sai lầm, chúng ta có khuynh hướng thiên về sự chắc chắn hơn là không chắc chắn, ổn định hơn không ổn định, cố định hơn nhất thời, một hơn nhiều và thống nhất hơn đa dạng. Ngược lại, những sở thích phân loại như vậy sẽ dẫn đến những ham muốn như vậy, mà sự thỏa mãn của chúng không tương thích với những hậu quả theo luật nhân duyên. Sự tạo tác hay khái niệm hóa trong tâm như vậy được gọi là papañca. Xu hướng "đánh giá" ai đó hoặc rập khuôn một cộng đồng trên cơ sở không đủ bằng chứng là những ví dụ rõ ràng.

Papañca dẫn đến ảo tưởng và nhầm lẫn *(moha)* trong chúng ta. Si mê khiến chúng ta nghi ngờ khả năng lý trí của chính mình trong nỗ lực khám phá sự thật. Hậu quả là chúng ta dễ bị những thông tin, tin đồn sai lệch và trở nên bồn chồn. Do đó, điểm khởi đầu để diệt trừ hành khổ là trau dồi trạng thái tinh thần niệm (sati). Trong kinh Satipaṭṭhāna Sutta *(Kinh Tứ Niệm Xứ)*, thuật ngữ sati có nghĩa là duy trì nhận thức về thực tại, nhờ đó có thể nhìn thấy bản chất thực sự của các hiện tượng.[28] Theo cách nói hiện đại, nó có thể được dịch một cách lỏng lẻo là chánh niệm mặc dù nó không chỉ đơn thuần là sự chú ý.

3) Vô ngã

Quan điểm chung cho rằng "cái tôi" là bản chất của một người. Biểu thị của từ "Tôi", sự tồn tại liên tục của nó được cho là cần thiết để con người tồn tại. Ngoài ra, người ta có thể nghĩ về "tôi" (hoặc "bạn" hoặc bất kỳ tên riêng nào) chỉ là tên thông thường đề cập đến sự sắp xếp độc đáo nhưng vô thường của tất cả các uẩn *(skandhas)* của con người một cách tổng thể - không hơn, không kém. Con người không gì khác hơn là phức hợp của năm uẩn *(skandhas)* tạm bợ.[29] Nếu chúng ta kết hợp quan điểm này với học thuyết vô thường của Phật giáo, thì kết quả là quan điểm cho rằng không có bản chất của một người nào có thể tồn tại ngoài một khoảnh khắc. Nói cách khác, không có cái tôi. Niềm tin vào sự tồn tại của linh hồn, satkāyadṛsṭi là nguyên nhân sâu xa của quan niệm về cái tôi của chúng ta, và do đó dẫn đến những đau khổ của chính chúng ta. Giả định về một linh hồn điều khiển ổn định là không cần thiết để giải thích sự thống nhất về kinh nghiệm, sự gắn kết trong suy nghĩ và hoạt động của con người.

Giống như vô thường *(anicca)* bắt nguồn từ lý duyên khởi *(pratiyutya samutpada)*, vô ngã *(anatta)* bắt nguồn từ vô thường *(anicca)*. Nếu mọi thứ đều vô thường và bị điều kiện hóa, tại bất kỳ thời điểm nào, bởi vô số yếu tố, thì nó không thể có bản chất cố định. Sự xuất hiện của một người tồn tại liên tục trong nhiều khoảnh khắc là ảo tưởng. Ảo ảnh

28. Robert Sharf, "Mindfulness and Mindlessness in Early Chan," *Philosophy East and West,* October 2014.
29. Ví dụ về cỗ xe trong Kinh Na Tiên tỳ kheo (Milindapanha), một văn bản từ thế kỷ thứ hai trước Công nguyên, liên quan đến câu trả lời của Vua Menander, một người Hy Lạp cai trị vùng tây bắc Ấn Độ, bởi một tu sĩ Phật giáo Nagasena, thường được trích dẫn để hỗ trợ quan điểm này.

có thể được so sánh với lửa của ngọn đèn. Cái tên "ngọn lửa" không có một vật ám chỉ cố định; các thành phần của ngọn lửa thay đổi từng khoảnh khắc, tuy nhiên chúng ta thường gọi các thành phần đa dạng luôn thay đổi của cái tên bằng một cái tên duy nhất. Cái gọi là "cái tôi" của con người cũng là một khái niệm "trống rỗng" trong cách sử dụng hàng ngày.

Sự ràng buộc của chúng ta trong luân hồi (và ba loại đau khổ kéo theo) là kết quả của tà kiến (về cách đạt được sự cứu rỗi) do thiếu hiểu biết *(avijja)* về Tam pháp ấn trên.

Tầm quan trọng của con người trong Phật giáo nguyên thủy

Trong bài giảng đầu tiên sau khi giác ngộ, được ghi lại trong Kinh Chuyển Pháp Luân, Đức Phật đã thuyết giảng về việc tránh cả hai quan điểm cực đoan đối lập nhau là sự hưởng thụ và khổ hạnh. Trong một bài giảng sau này, Kinh Kaccayanagotta, Đức Phật đã mô tả majjhimapaṭipadā *(trung đạo)* là phủ nhận cả hai thái cực của chủ nghĩa thường hằng *(một số vật tồn tại vĩnh viễn)* và chủ nghĩa đoạn diệt *(thân thể thay đổi hoặc bị hủy hoại)*. Con đường trung đạo là đi theo Bát Thánh Đạo. Tám yếu tố của con đường theo truyền thống được chia thành ba phần: giới đức *(sīla)* bao gồm ba yếu tố: chánh ngữ, chánh nghiệp và chánh mạng; Chánh tinh tấn, chánh niệm và chánh định cấu thành nên định tâm *(samādhi)*, và trí tuệ *(paññā)* bao gồm các yếu tố còn lại: chánh kiến và chánh tư duy. Trong số tám yếu tố, Kinh Mahā Cattārīsaka thiết lập rõ ràng tính ưu việt của chánh kiến *(sammā-diṭṭhi)*. Chánh kiến là đi theo con đường trung đạo; quan điểm sai lầm là suy nghĩ theo hệ nhị phân. Tư duy nhị phân là xu hướng nhìn mọi thứ theo khía cạnh tuyệt đối loại trừ lẫn nhau. Ví dụ, nghĩ rằng cái tôi tồn tại vĩnh viễn hoặc hoàn toàn không tồn tại là tư duy nhị phân. Tương tự như vậy, nghĩ rằng một cuộc sống tốt đẹp bao gồm việc đắm chìm trong khoái cảm nhục dục ngay lập tức hoặc triệt tiêu hoàn toàn các nhu cầu nhục dục *(thông qua việc tự hành xác)* cũng là nhị phân.

Thật không may, theo thời gian một số học giả và các nhánh mới của Phật giáo đã áp dụng tư duy nhị phân vào các nguyên tắc của Phật giáo sơ khai để đưa ra những kết luận cực đoan. Thực tế là Nguyên thủy cho rằng con người phải chịu trách nhiệm hoàn toàn về sự giải thoát của mình đã được đưa ra một cách giải thích nhị nguyên, phân đôi có nghĩa là nó chỉ tìm kiếm sự giải phóng cá nhân với cái giá là phúc lợi cộng đồng.[30] Dipen Barua nhận xét:[31]

Ý tưởng về con đường "tự cho mình là trung tâm" nảy sinh như một chiến lược mang tính bút chiến do truyền thống Đại thừa mới nổi nghĩ ra cách đây gần hai thiên niên kỷ. Phương tiện mới cần phải tự bảo vệ mình khỏi những tuyên bố về tính không xác thực hoặc dị giáo, và các tác giả Đại thừa đã hình thành một nhóm biện giải tinh vi để chống lại những người gièm pha, từ các phương pháp chú giải mới đến cách diễn giải rộng hơn về sự thấu hiểu và mặc khải trong kinh điển. Một chiến lược khác là sự phân biệt "Đại thừa-Tiểu thừa", đáng chú ý là ngày nay chỉ được các hành giả Đại thừa và Kim cương thừa sử dụng và không được sử dụng trong Nguyên thủy.

Nếu chúng ta xem xét kỹ lưỡng khái niệm xả ly trong Phật giáo thời kỳ đầu, thì rõ ràng là những cáo buộc như vậy không thể được duy trì.

---

30. Để có một cuộc khảo sát xuất sắc, hãy xem Donna Lynn Brown, "Phật giáo có tính cá nhân chủ nghĩa không? Rắc rối với một thuật ngữ." Tạp chí Đạo đức Phật giáo, 2021.

31. Dipen Barua "Bản thân và người khác: Thực hành phúc lợi cho cá nhân và cộng đồng." Có sẵn trực tuyến tại BuddhaDoor.net. Truy cập vào ngày 28/6/23, https://www.buddhistdoor.net/features/self-and-other-practicing-welfare-for-personal-and-community/

Đức Phật buông bỏ

Trong Tăng Chi Bộ Kinh, Đức Phật giải thích và ủng hộ những lợi ích của việc xuất gia: "Nguyện cho ta không liên quan gì đến danh tiếng, Nāgita, danh tiếng cũng không đến với ta! Bất cứ ai không thể đạt được theo ý muốn, một cách dễ dàng và không khó khăn, hạnh phúc xuất ly này, hạnh phúc an bình này, hạnh phúc giác ngộ này như Ta đạt được, hãy để người đó tận hưởng hạnh phúc bẩn thỉu và lười biếng này, hạnh phúc có được từ lợi lộc này, sự tôn kính và công khai."[32]

Lưu ý rằng sự tương phản trong đoạn văn trên là giữa một bên là hạnh phúc tìm kiếm từ sự xuất gia, ẩn dật, an lạc và giác ngộ và một bên là hạnh phúc tìm kiếm từ lợi ích, sự tôn kính và sự nổi tiếng. Do đó, sự từ bỏ hay ẩn dật nên được hiểu là sự xả ly khỏi (hoặc tránh) sự thèm muốn: (i) lợi ích vật chất, và (ii) lợi ích phi vật chất: (a) công đức từ sự tôn kính và (b) danh tiếng. Đây không phải là một lệnh cấm chống lại các cam kết xã hội của một người vốn mang tính chất nghĩa vụ.

Đức Phật không bao giờ ủng hộ việc rút lui khổ hạnh cực độ vì điều đó có thể có nghĩa là tước đi những chất dinh dưỡng bình thường của cơ thể và tâm trí. Những thực hành như vậy có thể dẫn đến việc kìm nén sự thèm muốn hơn là tẩy sạch những phiền não trong tâm một cách vĩnh viễn. Elizabeth Harris nhận xét: "Do đó, sự tách biệt mà Phật giáo nói đến không phải là một thái độ cực đoan quay lưng lại với những gì thường nuôi dưỡng cơ thể con người. Đó cũng không phải là việc nhắm mắt trước mọi vẻ đẹp."[33]

---

32. Nyanaponika Thera và Bhikkhu Bodhi, trans. (2008). Tuyển tập Aṅguttara Nikāya Phần II (urbandharma.org), truy cập ngày 30/5/23, https://www.urbandharma.org/pdf1/wh208AnguttaraNikaya2.pdf.
33. Elizabeth J. Harris (1997). Sự buông bỏ và lòng từ bi trong Phật giáo nguyên thủy. Sri Lanka: Hiệp hội Xuất bản Phật giáo, https://www.accesstoinsight.org/lib/authors/harris/bl141.html

Một người chỉ tạo được công đức *(punya)* khi anh ta hành động với ý định thể hiện sự quan tâm của mình đến lợi ích của người khác. Một người tự nhốt mình trong sự cô lập với mục tiêu Niết Bàn chỉ càng ngày càng xa rời nó. Người như vậy coi người khác và cộng đồng như những chướng ngại trên con đường đi đến Niết Bàn của mình. Khi coi người khác là kẻ thù của mình, anh ta khẳng định một bản chất độc nhất *(swabhav)* cho chính mình bằng ngụ ý. Hơn nữa, là con người, chúng ta có một số nhu cầu sinh lý cần được đáp ứng. Tương tự như vậy, việc rút lui khỏi xã hội khiến bản thân[34] mất đi nhu cầu tinh thần khao khát được ở bên người khác. Vì vậy, sự rút lui về mặt thể chất có thể là sản phẩm của cả sự ích kỷ và ý định cố tình gây đau khổ.

Loại xuất ly mà Đức Phật chủ trương là loại xuất ly mang lại sự vắng mặt của ái dục/raga *(tức là virāga)*. Nó biểu thị sự không dính mắc vào bốn loại đối tượng bám chấp: dục lạc *(kamupadana)*, quan điểm *(ditthupadana)*, luật lệ và phong tục *(silabbatupadana)* và niềm tin vào ngã thường còn, khác với năm uẩn *(attavadupadana)*. Chính sự xa cách vô tư và thiếu quan tâm đến việc nắm bắt *(chiếm đoạt)* bốn loại đối tượng này là điều được ưa chuộng trong việc xuất gia của Phật giáo.

Quan điểm Phật giáo nguyên thủy về bổn phận đạo đức đối với người khác

Một người thực sự được khuyến khích thực hiện nghĩa vụ trần thế của mình. Tăng Chi Bộ Kinh, cùng với Kinh Sīgalaka trong Trường Bộ Kinh, chứa đầy sự hướng dẫn của Đức Phật về trách nhiệm của người gia chủ đối với các thành viên trong gia đình và xã hội nói chung. Tỳ kheo Bodhi nhận xét: "Ngài

34. Ở đây, việc sử dụng từ "ngã" là theo nghĩa thông thường, trần tục.

đã đặt ra một lý tưởng thực tế nhưng đầy cảm hứng cho người tại gia, đó là sappurisa hay "người tốt", sống "vì lợi ích, phúc lợi và hạnh phúc của nhiều người", cha mẹ, vợ và con cái, người giúp việc gia đình, bạn bè của Ngài và những người xuất gia tu sĩ.[35] Khi hướng dẫn gia đình, Đức Phật quy định bổn phận của con cái đối với cha mẹ[36] khuyên vợ chồng cách sống chung,[37] và thậm chí còn hướng dẫn những cặp đôi đang yêu nhau làm thế nào để họ có thể yên tâm đoàn tụ trong những kiếp sau."[38]

Lily DeSilva cho biết thêm:

Trong Tăng Chi Bộ Kinh, Đức Phật mô tả, bằng thuật ngữ tế lễ, ba loại lửa cần được chăm sóc cẩn thận và tôn trọng.[39] Chúng là ahuneyyaggi, gahapataggi và dakkhineyyaggi. Đức Phật giải thích rằng ahuneyyaggi nghĩa là cha mẹ và họ cần được tôn kính và chăm sóc. Gahapataggi nghĩa là vợ con, nhân viên và những người phụ thuộc. Dakkineyyaggi đại diện cho những người tôn giáo đã đạt được mục tiêu A-la-hán hoặc đã bắt tay vào tu tập để loại bỏ những đặc điểm tinh thần tiêu cực. Tất cả những điều này cần được quan tâm và chăm sóc như người ta chăm sóc một ngọn lửa hiến tế. Theo Kinh Mahamangala, bày tỏ lòng hiếu kính đối với người thân là một trong những việc làm tốt lành lớn lao mà một cư sĩ có

35. Tăng chi bộ (Aṅguttara Nikāya), Numbered Discourses 5.42 5. With King Muṇḍa, A True Person
Bhikkhu Bodhi. 2012. *A Thematic Guide to the Aṅguttara Nikāya*, https://suttacentral.net/?lang=en
36. Tăng chi bộ (Aṅguttara Nikāya),. 2.33, AN 3.31. Bhikkhu Bodhi. 2012. *A Thematic Guide to the Aṅguttara Nikāya*, https://suttacentral.net/?lang=en
37. Tăng chi bộ (Aṅguttara Nikāya) 4.53. Bhikkhu Bodhi. 2012. *A Thematic Guide to the Aṅguttara Nikāya*, https:// suttacentral.net/?lang=en
38. Tăng chi bộ, Bhikkhu Bodhi. 2012. *A Thematic Guide to the Aṅguttara Nikāya*, https://suttacentral.net/?lang=en
39. Tăng chi bộ (Aṅguttara Nikāya), iv, 44 Bhikkhu Bodhi. 2012. *A Thematic Guide to the Aṅguttara Nikāya*, https://suttacentral.net/?lang=en

thể thực hiện.[40]

Có mười thiện nghiệp/công đức *(dasa kusala kamma)* và mười bất thiện/bất thiện nghiệp *(dasa akusala kamma)*. Tính vô đạo đức *(akusalata)* của những hành động bất thiện xuất phát từ khả năng gây tổn hại hoặc tổn thương *(tâm lý, thể chất hoặc lời nói)* của người khác (kể cả những loài không phải là con người). Tương tự như vậy, tính tốt lành của nghiệp thiện xuất phát từ khả năng làm giảm bớt nỗi đau khổ của người khác. Vì vậy, điều gì tốt/xấu đối với người nỗ lực cứu rỗi cũng là tốt/xấu đối với cộng đồng.[41]

Hành động đạo đức hay Tâm trí đức hạnh?

Tuy nhiên, có một điều rất quan trọng về đạo đức Phật giáo cần phải được nhấn mạnh. Theo lời của Charles Goodman: "Các thuật ngữ chuyên môn của Phật giáo mà chúng ta có thể dịch là "đạo đức" (chẳng hạn như kusala bằng tiếng Pali), trước tiên, được áp dụng cho các trạng thái tinh thần đang diễn ra."[42] Nghĩa là, đó không phải là hành động chính nó quyết định thiện hay bất thiện của nó. Đúng hơn, chính ý định đằng sau hành động tự nguyện sẽ quyết định giá trị của nó. Trong Tăng Chi Bộ Kinh, Đức Phật dạy: "Chính cetana *(tác ý)* mà Ta gọi là nghiệp."[43] Richard Gombrich nhận xét: "Tôi gọi ý định là nghiệp" là câu trả lời của Đức Phật đối với chủ nghĩa nghi lễ của Bà la môn. Trọng tâm quan tâm đã chuyển

---

40. Tăng chi bộ, Bhikkhu Bodhi, The Connected Discourses of the Buddha: A New Translation of the Samyutta Nikaya (Massachusetts: Wisdom Publications, 2000). 262–63.
41. Charles Goodman. (2009). Hệ quả của lòng từ bi: Giải thích và bảo vệ đạo đức Phật giáo. (Oxford: Nhà xuất bản Đại học Oxford, 2009), 195.
42. Bhikkhu Bodhi, The Connected Discourses of the Buddha: A New Translation of the Samyutta Nikaya (Massachusetts: Wisdom Publications, 2000).
43. Aṅguttara Nikāya, III, trang 415Bhikkhu Bodhi. 2012. *A Thematic Guide to the Aṅguttara Nikāya*, https://suttacentral.net/?lang=en

từ hành động thể chất, liên quan đến con người và đồ vật trong thế giới thực sang quá trình tâm lý."[44]

Các nguyên tắc ứng xử đạo đức đúng đắn, được thể hiện dưới dạng nghĩa vụ đạo đức hoặc các quy tắc được gọi là giới luật, vừa là quy tắc ứng xử cho sự phát triển tâm lý vừa là nền tảng để tạo ra xã hội công bằng và hài hòa.[45] Một số bộ giới luật như vậy (ví dụ: *pañcaśīla, aṣṭāṅga,* và *daśa, śīla*) được đề cập trong kinh dành cho cả cư sĩ và tu sĩ. Chúng phải được tuân theo bởi vì bất kỳ người có đạo đức nào đã thành công trong việc chống lại những khuynh hướng tiêu cực được gọi là kleśas hoặc tật xấu (và do đó đã chuẩn bị cho Niết bàn) sẽ tiếp thu chúng như những niềm tin, áp dụng chúng tự nhiên, tự phát thông qua cách cư xử của họ với người khác và môi trường. Kinh Sonadanda cũng nhấn mạnh đến bản chất khen ngợi, củng cố của trí tuệ cá nhân - một mặt là theo đuổi sự riêng tư và đạo đức - nghĩa vụ của chúng ta đối với người khác trong cộng đồng - mặt khác: "Đạo đức và trí tuệ luôn đi đôi với nhau. Người có đạo đức là người có trí tuệ, người có trí tuệ là người có đạo đức. Và đạo đức và trí tuệ được cho là những điều tốt đẹp nhất trên thế giới. Nó giống như khi bạn lau một tay bằng tay kia hoặc lau một chân bằng tay kia vậy."[46]

Ngay cả khi Đức Phật khuyên các nhà quản lý công về cách cai trị, trọng tâm cũng không phải là làm thế nào để họ buộc người dân phải phục tùng. Thay vào đó, nhấn

---

44. Bhikkhu Bodhi, The Connected Discourses of the Buddha: A New Translation of the Samyutta Nikaya (Massachusetts: Wisdom Publications, 2000).
45. Tuy nhiên, Puññakiriyavatthusutta (A 8.1) đề cập đến ba cơ sở của việc làm phước (Kusalakamma): bố thí (dāna), trì giới (sīla) và thiền định (bhāvanā). Sự phát triển tâm lý đứng thứ ba, có lẽ xét về tầm quan trọng và hơn nữa, không hề đề cập đến trí tuệ làm căn cứ. Tuy nhiên, điều này không mâu thuẫn với tuyên bố trên vì ba nền tảng lập công đức là mô hình đào tạo cho người tại gia và cho những người xuất gia không tu hành.
46. Trường bộ, Digha Nikaya, Bhikkhu Sujato, dịch. 2018 (Kinh Soṇadaṇḍa) suttacentral.net truy cập vào ngày 29/5/23.

mạnh vào hành vi và suy nghĩ cá nhân hơn. Các câu chuyện Kuddaka Nikāya và Jātaka nêu rõ mười bổn phận *(dasavidha rājadhamma)* mà các vị vua và người cai trị nên tuân theo: từ thiện, đạo đức, lòng vị tha, trung thực, hòa nhã, tự chủ, không giận dữ, bất bạo động, nhẫn nhục và ngay thẳng *(danamsilampariccagam, ajjavammaddavamtapam; akkodhamavihimsanca, khantincaavirodhanam)*. Như vậy, con đường hướng tới phúc lợi xã hội bắt đầu từ việc thanh lọc tâm lý của mỗi người. Bi *(karunā)* là một trong bốn trạng thái cao cả *(brahma vihāras)*, các trạng thái khác là từ tâm *(mettā)*, hỷ *(muditā)* và xả *(upekkhā)*. Một người tìm kiếm Niết Bàn phải trau dồi những trạng thái này trong thiền định để làm sạch tâm trí khỏi những phiền não (kleshas rāga, dvesa và moha) và chuẩn bị cho chánh định *(sammā samādhi)*.

Có thể hiểu được tại sao Đức Phật lại nhấn mạnh hơn đến việc trau dồi thiện chí vô hạn trước khi thực hiện một hành động từ bi thực sự. Một hành động yêu thương hay trắc ẩn có thể là hình thức khẳng định quyền lực hoặc kiểm soát người khác. Nó có thể là phương tiện hoặc chiến lược để áp đặt hệ tư tưởng hoặc văn hóa lên người thụ hưởng. Một hành động vị tha có thể được hỗ trợ bởi ý định xấu xuất phát từ những phiền não tinh thần hoặc nó có thể là sản phẩm của nghĩa vụ xuất phát từ sự cam kết hoặc nghĩa vụ của một người đối với cộng đồng cụ thể mà người đó gắn bó. Ví dụ, ý định sai lầm khi giúp đỡ người khác sẽ là mong muốn được nổi tiếng, được bảo vệ, được ưu ái hoặc có được hình ảnh tốt trong xã hội. Nó thậm chí có thể xuất phát từ cảm giác sai lầm về sự thuộc về *(của tôi)* đối với một cộng đồng cụ thể. Ví dụ: bạn có thể cảm thấy có nghĩa vụ phải giúp đỡ X *(nhưng không phải Y)* vì X thuộc về cộng đồng của bạn. Những ý định xấu thậm chí có thể hoạt động ở mức độ vi tế, khiến chúng ta suy nghĩ và hành động theo những cách mang lại đau khổ. Ví dụ, bị phấn khích bởi một cảm giác sai lầm về uy quyền tối cao *(của bản thân hoặc của cộng đồng mình)*, những kẻ xâm lược đế quốc thường phá hủy một cách có hệ thống các dạng kiến thức cổ xưa ở các thuộc địa dưới danh nghĩa làm cho người bản địa "văn minh". Tương tự như vậy, ở một số gia đình, những thành viên có ảnh hưởng buộc những người khác trong gia đình phải đưa ra những lựa chọn có thể không có lợi cho sự phát triển của họ, cho dù động cơ cơ bản có tốt đến đâu đi nữa. Vấn đề là sự giúp đỡ có thể được đưa ra khi không cần thiết. Ngay cả với những ý định đúng đắn, những hành động vị tha và hoạt động xã hội hoặc chính trị vẫn có thể bị hiểu sai.

Để có những hành động vị tha thực sự, người ta phải truyền bá Giáo Pháp đến từng cá nhân. Đây là hình thức vị tha vĩ đại nhất, vì chính những cá nhân cải cách với quan điểm đúng đắn này sẽ tiếp tục xây dựng những xã hội tốt đẹp hơn, bình đẳng hơn mà các quy tắc, phong tục và nghi lễ sẽ mang lại lợi ích cho tất cả mọi người. Đó có lẽ là lý do tại sao trọng tâm là xây dựng trạng thái tâm trí đúng đắn thông qua pragya, silā và samādhi. Một tâm từ bi có thiện chí vô hạn, được thanh lọc các phiền não, thúc đẩy người ta hành động một cách tự nhiên với ý định vị tha thanh tịnh, không mong đợi gì cho bản thân *(vô ngã)* để đáp lại ân huệ đã làm.

Phật giáo sơ khai về hoạt động xã hội và chính trị

Một số Phật tử sau này và thậm chí một số tín đồ đương thời ủng hộ cách tiếp cận ngược lại. Họ nhấn mạnh tầm quan trọng của sự tham gia xã hội đối với việc nâng cao đạo đức. Tuy nhiên, hãy lưu ý rằng trong dẫn chứng văn bản được trích dẫn ở trên, trách nhiệm xã hội và lòng vị tha được khuyến nghị là trực tiếp từ người này sang người khác. Ngược lại, có một số trường hợp được ghi lại trong đó Đức Phật từ chối bị lôi kéo vào các tranh chấp xã hội hoặc chính trị liên quan đến cộng đồng hoặc hệ tư tưởng. Ví dụ, ban đầu Ngài miễn cưỡng chấp nhận phụ nữ vào Tăng đoàn. Ngài chỉ đồng ý sau khi đặt ra tám điều luật *(garudhammas)* cho việc thọ giới Tỳ kheo ni, bên cạnh 227 điều luật về giới luật tu viện, Luật tạng mà tất cả các Tỳ kheo phải tuân theo. Một hạn chế khác áp đặt đối với tín đồ nữ là phụ nữ đã lập gia đình phải xin phép cả cha mẹ và chồng mới được xuất gia, nhưng không có hạn chế nào được đưa ra đối với nam giới đã có gia đình.[47] Như vậy, rõ ràng là Ngài không thách thức hay có ý định lật đổ trật tự xã hội hiện có. Có nhiều trường hợp như vậy được nêu dưới đây.

Người ta không nên áp dụng tư duy nhị phân ở đây và từ sự im lặng của mình, Ngài hiểu rằng Ngài đã ngầm chấp thuận các thực hành xã hội mang tính phân biệt đối xử. Điều đó không rõ ràng đối với cách Ngài thành lập và điều hành trật tự tu viện của mình, nơi mà việc quản lý dựa trên các nguyên tắc dân chủ và không phân biệt đối xử giữa các cư dân dựa trên nguồn gốc của họ. Chủ nghĩa đẳng cấp rất thịnh hành và nền dân chủ vắng bóng trong cộng đồng, bên ngoài Tăng đoàn, tuy nhiên Đức Phật đã chọn đi đường khác trong trật tự tu viện. Tại sao sau đó Ngài lại tuân theo chế độ phụ hệ và áp đặt những hạn chế đối với những tín đồ nữ muốn gia nhập làm Tỳ kheo ni? Điều gì giải thích sự khác biệt trong cách tiếp cận? Tôi nghĩ có thể giải thích rằng sự bất mãn đối với thẩm quyền bao trùm của kinh Vệ Đà và nền đạo đức lấy nghi lễ làm trung tâm của nó đã sôi sục trong xã hội vào thời điểm Đức Phật bắt đầu truyền bá giáo pháp của Ngài. Vì vậy, Ngài có thể bác bỏ chủ nghĩa đẳng cấp trong khi xây dựng các quy tắc tu viện mà không gây ra phản ứng dữ dội từ chế độ quân chủ hoặc công chúng. Ngược lại, chế độ phụ hệ đã ăn sâu vào xã hội và việc thách thức nó bằng những động thái cấp tiến có thể đã gây ra cơn thịnh nộ của các quyền lực. Sự cản trở bạo lực có thể làm hại tất cả đệ tử của Ngài và làm chậm lại

47. V. Pandita, "Đức Phật có tự sửa mình không?" Tạp chí Đạo đức Phật giáo (2014), 474.

việc truyền bá Giáo pháp. Đó có lẽ là lý do tại sao Ngài áp đặt thêm những hạn chế đối với việc xuất gia cho phụ nữ. Những hạn chế này được cố tình không đủ mạnh để ngăn cản động cơ; họ chỉ đủ để tránh xa rắc rối. Những lời tường thuật trực tiếp của các Tỳ khưu Ni ở Trưởng Lão Ni Kệ *(Therigatha)* chứng minh rằng phụ nữ trong Tăng đoàn được đối xử tốt hơn nhiều so với ở bên ngoài và họ cảm thấy được giải phóng. Vì vậy, các quy định hạn chế có hiệu quả về mặt văn bản hơn là về mặt tinh thần.

Amod Lele đưa ra một số ví dụ từ các văn bản Phật giáo cổ điển của Ấn Độ để cho thấy rằng Phật giáo thời kỳ đầu không khuyến khích sự tham gia tích cực vào các vấn đề chính trị và xã hội:

Kinh Rajja[48] còn đi xa hơn nữa. Ở đây, ngay cả việc cai trị theo pháp (*dhammena*) cũng được trình bày với Đức Phật như một sự cám dỗ từ Ma Vương (*Māra*), nhân vật cám dỗ độc ác. Khi Đức Phật sắp giác ngộ, Ngài thắc mắc: "Có thể nào thực hiện quyền cai trị một cách chính đáng "*dhammana*" mà không sát sinh và không xúi giục người khác giết, không tịch thu và không xúi giục người khác tịch thu, không vay mượn và không gây phiền muộn?" Ma Vương (*Māra*) trả lời rằng Ngài có thể và thực sự nên cai trị một cách chính đáng. Nhưng tất nhiên Đức Phật từ chối sự cám dỗ này và thay vào đó tiếp tục con đường xuất gia.[49]

Trong Kinh Gilāna Sutta,[50] đệ tử gia chủ được kính trọng Citta bị bệnh sắp chết, và các vị thần yêu cầu anh ta thề rằng anh ta sẽ trở thành một cakravartin. Nhưng Ngài từ chối chúng và nói: "Điều đó cũng là vô thường; điều đó nữa cũng

48. Tương ưng bộ, I.116–117.
https://www.budsas.org/uni/u-kinh-tuongungbo/tu-00.htm
49. Amod Lele, "Phật giáo buông thư", Tạp chí Đạo đức Phật giáo 26 (2019), 256–257.
50. Tương ưng bộ, IV. 302–304
https://www.budsas.org/uni/u-kinh-tuongungbo/tu-00.htm

không ổn định; người ta cũng phải từ bỏ điều đó và tiếp tục." Tâm không phải là Bồ Tát hay khao khát thành Phật; anh ta chỉ đơn giản nhắm đến quả vị A-la-hán, loại thức tỉnh thấp hơn có thể có đối với một người bình thường. Nhưng thậm chí đó còn là một mục tiêu lớn hơn việc trở thành một người cai trị sẽ mang lại sự thịnh vượng và hưng thịnh chung cho xã hội của mình.[51]

Sự im lặng của Đức Phật thậm chí còn nổi bật hơn trong kinh Mahāparinibbāna khi vị đại thần của vua Ajātasattu hỏi ý kiến của ông về kế hoạch xâm lược và quét sạch người Vajjis của nhà vua. Để đáp lại, Đức Phật chỉ nêu rõ bảy yếu tố: sattaaparihāniyā dhamma mà nếu tuân theo sẽ đảm bảo sự phát triển và ngăn ngừa sự suy tàn của cộng đồng người Vajjis. Nhưng ông không lên án quyết định của Ajātasattu theo đuổi bạo lực và hủy diệt. Điều này có vẻ kỳ lạ đối với một số học giả (ví dụ, Damien Keown 2020) bởi vì trong những tình huống như vậy, người ta mong đợi Đức Phật sẽ kịch liệt ngăn cản mọi hành động chính trị bạo lực vì chúng làm suy yếu phẩm giá của con người.

Điều gì có thể là lý do giải thích cho sự thảnh thơi chính trị như vậy trong các văn bản Phật giáo thời kỳ đầu? Kinh Cakkavatti Sīhanāda Sutta cung cấp manh mối. Nó bắt đầu và kết thúc bằng đoạn văn sau:

Này các Tỳ-kheo, hãy là hòn đảo của chính mình, hãy là nơi nương tựa cho chính mình mà không có nơi nương tựa nào khác. Hãy để Pháp là hòn đảo của bạn, hãy để Pháp là nơi nương tựa của bạn, không có nơi nương tựa nào khác. . .. Hãy giữ những gì bảo tồn của riêng bạn, hỡi các tu sĩ, những nơi ám ảnh của tổ tiên bạn. Nếu bạn làm như vậy thì Māra sẽ không có chỗ ở, không có chỗ đứng. Chính nhờ việc tích lũy các trạng thái thiện mà công đức này tăng trưởng.[52]

---

51. Như trên.
52. Trường bộ (Dīgha Nikāya) Vol. III, chuyển tiếp. Maurice Walshe (Ấn bản Pali Text Society), 58.

Ở giữa, bài kinh mô tả câu chuyện về một vương quốc từng hưng thịnh lại rơi vào tình trạng suy thoái về đạo đức và kinh tế, đồng thời cuộc sống của người dân trở nên tồi tệ hơn theo thời gian khi nhà vua không giúp đỡ người nghèo. Đến một lúc nào đó, một nhóm người tuyệt vọng đi đến kết luận: "Chỉ vì chúng ta sa vào con đường ác mà chúng ta phải gánh chịu sự mất mát người thân này, vậy nên bây giờ chúng ta hãy làm điều thiện! Chúng ta có thể làm được điều tốt gì? Chúng ta hãy kiêng sát sinh – đó sẽ là một thực hành tốt."[53] Hành động đạo đức này cải thiện cuộc sống của họ và cảm thấy được khích lệ, họ cũng thực hiện các hoạt động đạo đức khác. Kết quả là, dần dần trật tự sẽ trở lại với cộng đồng và cuối cùng, một Cakravartin mới sẽ xuất hiện, cũng như Đức Phật Metteyya (*Di Lặc*) tương lai. Ở những dòng cuối cùng, câu chuyện quay trở lại hiện tại khi Đức Phật khẳng định tiền đề đã được nêu ngay từ đầu: "Này các Tỳ-kheo, hãy tự mình trở thành những hòn đảo…"

Bác bỏ những phản đối về sự mâu thuẫn, Lele và Stevens Collins đã lưu ý một cách đúng đắn rằng câu chuyện được lồng ghép thực sự bổ sung cho lời khuyên dành cho các tu sĩ ở phần đầu và phần cuối của kinh. Lele lập luận:

Các hệ thống xã hội tốt và xấu sẽ đến rồi đi, và chúng sẽ trở nên tồi tệ hơn trước khi trở nên tốt đẹp hơn. Vì vậy, câu chuyện đưa ra lý do tại sao khán giả của văn bản nên xây dựng đức hạnh cá nhân và đón nhận Giáo pháp, thay vì đặt hy vọng vào những hệ thống xã hội đó hoặc bất kỳ ý tưởng tiến bộ nào trong đó. . . Cải thiện đạo đức là điều cuối cùng làm cho điều kiện vật chất tốt hơn. Để làm như vậy, văn bản cho biết, khán giả có thể và nên tách khỏi xã hội. Khi đó họ sẽ không còn phụ thuộc vào

53. Như trên.,73.

điều kiện xã hội để có được hạnh phúc.[54]

Tôi nghĩ lời giải thích trên là đúng nhưng cần phải giải thích thêm. Chúng ta có thể coi tất cả các hệ thống chính trị và xã hội đều tương tự như các trò chơi mà chúng ta chơi.[55] Để hành động của bạn được tính là nước đi trong một trò chơi, bạn cần tuân theo các quy tắc cấu thành của nó. Những quy tắc này có thể không hoàn hảo, nhưng giá trị của chúng phải được giả định trước nếu bạn khao khát trở thành một người chơi giỏi. Bạn chỉ có thể đánh giá một cách chân thành tính hợp lệ của các quy tắc từ xa khi bạn không chơi trò chơi. Tương tự như vậy, bất kỳ cộng đồng hoặc tổ chức nào cũng hoạt động theo một số quy tắc và niềm tin cơ bản, cấu thành do một nhóm cá nhân có vai trò quan trọng trong cộng đồng đó quyết định. Bất kỳ hành động chính trị hoặc xã hội nào bạn thực hiện hoặc bất kỳ ý tưởng nào bạn đề xuất, nhằm mục đích phục vụ cộng đồng này, theo mặc định, chắc chắn khiến bạn trở thành người ủng hộ các niềm tin cơ bản, cấu thành của tổ chức hoặc cộng đồng đó; bạn sẽ được công chúng coi là người bảo vệ những quy tắc, chuẩn mực và niềm tin cơ bản đó ngay cả khi bạn phủ nhận điều đó một cách rõ ràng. Vấn đề với tình trạng như vậy là vì các tổ chức này không có tính toàn cầu và nguồn lực vật chất có hạn, bất kỳ hành động nào nhằm thúc đẩy sự ổn định và phúc lợi của cộng đồng đều có thể dẫn đến đau khổ cho các cá nhân, bên trong hoặc bên ngoài các tổ chức này.

Ví dụ, nghĩa vụ của một người lính trong quân đội là phục vụ đất nước của mình trong chiến tranh ngay cả khi điều đó có nghĩa là gây ra đau khổ cho công dân của nước đối phương. Tương tự, viên chức nhân sự có nghĩa vụ điều động

54. Lele, Amod. "Disengaged Buddhism." Journal of Buddhist Ethics 26 (2019), 264.

55. Tôi đã mượn sự tương tự của trò chơi từ nhà triết học nổi tiếng, Ludwig Wittgenstein.

nhân viên đi nơi xa vì lợi ích của công ty, ngay cả khi điều đó đồng nghĩa với việc gây đau khổ cho gia đình người lao động.

Nghĩa vụ hoàn thành nhiệm vụ tương ứng của họ xuất phát từ cam kết ngầm của họ đối với các nguyên tắc thiết yếu chi phối phúc lợi vật chất của các tổ chức tương ứng của họ. Họ có lý trong hành động của mình nếu được xem xét từ bên trong các tổ chức đó. Nhưng từ góc độ trung lập và toàn cầu, rõ ràng là sai lầm khi tham gia vào các hoạt động như vậy vì chúng làm trầm trọng thêm nỗi đau khổ của từng cá nhân. Lele nhận xét:

Văn bản *(Aggañña Sutta)* tuyên bố rõ ràng rằng buộc tội, trừng phạt và trục xuất là xấu *(pāpaka, akusala)*, giống như những vụ trộm cắp ban đầu (DN III. 93). Vai trò của họ trong việc duy trì xã hội không ngăn cản họ tạo nghiệp xấu và cản trở tiến trình Niết bàn của một người. Tương tự như vậy, trong Mūgapakkha Jātaka, Bồ tát (Đức Phật tương lai) sinh ra là một hoàng tử có cha cai trị theo pháp *(dhammena)*. Tuy nhiên, ngay cả như vậy, khi Bồ tát nhìn thấy cha mình trừng phạt tội phạm, Ngài nghĩ: "À! cha tôi vì là vua mà lại phạm tội ác đưa loài người vào địa ngục."[56]

Điều này giải thích tại sao Đức Phật có thể chọn trở thành một vị vua Chakkavatin và cố gắng diệt trừ đau khổ bằng cách sử dụng tất cả quyền năng do nhà nước ban cho, nhưng thay vào đó, Ngài lại chọn trở thành một khất sĩ lang thang; hành động theo Rajdharma sẽ buộc anh ta phải thực hiện những hành động chống lại Giáo pháp.

Cố gắng trực tiếp cải cách cộng đồng mà không cải cách các cá nhân trong đó có thể dẫn đến việc bác bỏ các niềm tin cơ bản của cộng đồng, chỉ để được thay thế bằng một tập hợp niềm tin cộng đồng mới là nền tảng cho cộng đồng mới được

56. Lele, Amod. "Disengaged Buddhism." Journal of Buddhist Ethics 26 (2019), 256–257

thành lập. Nhưng một số niềm tin mới này một lần nữa có thể đi ngược lại Giáo pháp vì chúng có thể không mang lại lợi ích cho tất cả chúng sinh trong vũ trụ. Vì vậy, việc cải cách cá nhân trước tiên là điều hợp lý, bất kể họ thuộc đảng phái nào. Đó là lý do tại sao Đức Phật không khuyên Ajātasattu chống lại sự xâm lược cũng như không phản đối chế độ phụ hệ phổ biến trong xã hội bấy giờ. Điều đó không chỉ vô ích mà sự bất mãn từ các quyền lực có thể mang đến cho Tăng đoàn còn có thể cản trở sự truyền bá Giáo pháp, vốn là phương tiện để có thể đạt được phúc lợi thực sự cho tất cả chúng sinh.

Phần kết luận

Đối với người Phật tử, cá nhân con người không chỉ đơn giản là một bánh răng trong bánh xe khổng lồ của luân hồi. Anh ta có khả năng thoát khỏi vòng luân hồi sinh tử bất tận thông qua những hành động của chính mình theo ý định đúng đắn. Anh ta không cần sự chúc phúc của bất kỳ ai hay tỏ lòng tôn kính trước "quyền năng tối thượng" để chấm dứt đau khổ của mình; Việc các tín đồ tôn thờ Đức Phật hoặc thần tượng của Ngài chỉ là sự tôn kính; nó không phải là một phương tiện để được cứu rỗi. Bằng cách phân tán sức mạnh cứu độ và phân phát nó cho đại chúng, Đức Phật đã trao quyền cho con người. Tất cả đều sinh ra bình đẳng (theo nghĩa là mọi người đều phải tồn tại có điều kiện) và bất kỳ ai cũng có thể trở thành Đức Phật bằng cách hành xử hài hòa với bản chất thực sự của thực tại, giống như Đức Phật Gautama đã làm.

Trong hành trình giải thoát này, trước tiên con người phải thanh lọc những ô nhiễm trong tâm mình đã phát sinh do thiếu hiểu biết về bản chất thực sự của thực tại. Thông qua hành vi đúng đắn và sự tập trung đúng đắn vào hoạt động tâm lý tiềm thức và trí tuệ của mình, anh ta có thể xây dựng một tính cách và khuynh hướng dẫn đến việc đạt được Niết Bàn.

Tính chất điều kiện của mọi hiện tượng khiến cho quan điểm và tính cách đúng đắn bắt buộc phải có thái độ quốc tế, bình đẳng và từ bi đối với tất cả chúng sinh.

Phật giáo nguyên thủy không quy định các quy tắc ứng xử của các cộng đồng hoặc tổ chức địa phương bởi vì mỗi cộng đồng địa phương đều dựa trên một số quy tắc cấu thành dựa trên mối quan tâm của địa phương. Vì vậy, họ không kết hợp được khả năng mang lại phúc lợi cho tất cả chúng sinh vốn là bản chất của Pháp. Vì lý do này, Đức Phật không ủng hộ bất kỳ hình thức ý thức hệ hay thể chế nào. Đúng hơn, một khi người cai trị hoặc một nhóm người phát triển nhân cách đạo đức theo Giáo pháp, họ có thể xây dựng các quy tắc cho cộng đồng nhằm mang lại lợi ích cho tất cả mọi người và cũng đáp ứng nhu cầu hoàn cảnh của các thành viên.

TÀI LIỆU THAM KHẢO

- Barua, Dipen. "Self and Other: Practicing Welfare for Individual and Community." Available online at BuddhistDoor.net, accessed 6/28/23, https://www. buddhistdoor.net/features/ self-and-other-practicing- welfare-for- individual-and-community/
- Bodhi, Bhikkhu. *A Thematic Guide to the Aṅguttara Nikāya*, accessed 8/14/23, https://suttacentral.net/an-introduction-bodhi?lang=en

- Bodhi, Bhikkhu. *The Connected Discourses of the Buddha, A Translation of the Samyutta N i k a y a .* Massachusetts: Wisdom Publications, 1999.
- Bodhi, Bhikkhu. *The Connected Discourses of the Buddha: A New Translation of the Samyutta N i k a y a* . Massachusetts: Wisdom Publications, 2000.
- Bodhi, Bhikkhu. *Dukkhata Sutta* (SN 45.165). *The Connected Discourses of the Buddha, A Translation of the Samyutta Nikaya*, Massachusetts: Wisdom Publications, 1999.
- Carpenter, J.E., ed. *Dīgha Nikāya, Volume III.* (1910, 1992, corrected reprint 2006) Pali Text Society edition. Translation: Walshe.
- Davids, T. William Rhys. *Milinda Panha.* Google Books. Accessed August 10, 2023,
- https://www.google.com/books/edition/The_Milinda_Panha/tdT1Lne0hSkC?hl=en&gbpv=1&pg=PT2&printsec=frontcover
- Gombrich, R.F. *How Buddhism Began: The Conditioned Genesis of the Early Teachings.* New York: Routledge, 2006.
- Goodman, Charles. *Consequences of Compassion: An Interpretation and Defense of Buddhist E t h i c s .* Oxford: Oxford University Press, 2009.
- Harris, Elizabeth. *Detachment and Compassion in Early Buddhism.* Sri Lanka: Buddhist Publication Society, accessed 8/14/23, https://www.accesstoinsight.org/lib/authors/harris/bl141.html
- Hunt-Perry, Patricia and Fine, Lyn. "All Buddhism Is Engaged: Thich Nhat Hanh and the Order of Interbeing," in *Engaged Buddhism in the West*, edited

by Christopher S. Queen (Massachussetts: Wisdom Publications, 2000, 35–66.

- Lele, Amod. "Disengaged Buddhism." *Journal of Buddhist Ethics* 26 (2019), 256–257.
- Nyanaponika, Thera and Bodhi, Bhikkhu, trans. *Aṅguttara Nikāya Anthology Part II*. (urbandharma.org) 2008. Accessed 5/30/23, https://www.urbandharma.org/pdf1/wh208AnguttaraNikaya2.pdf
- Pandita, V. "Did the Buddha Correct Himself?" *Journal of Buddhist Ethics,* 2014, 474.
- Priya, Buddha Mahathero. 2016, *The Light of Peace*, 2nd ed., SUSWM, Kolkata.
- Sharf, Robert. "Mindfulness and Mindlessness in Early Chan," *Philosophy East and West,* October 2014.
- Sujato, Bhikkhu, trans. *Digha Nikaya,* 2018 (Soṇadaṇḍa Sutta) suttacentral.net accessed on 5/29/23.
- Walshe, Maurice, trans. *Dīgha Nikāya Vol. III.* Pali Text Society edition.

15

HÀNH TRÌNH TU TẬP TỨ NIỆM XỨ (SATIPATTHANA) CỦA TÔI

Subroto Barua

Chủ tịch Phái bộ Phúc lợi Phật giáo Shantiniketan Ambedkar, Tây Bengal

Chủ tịch công tác, Phái đoàn Buddha TriraT.N.a, Thành viên Hội đồng quản trị New Delhi, Hiệp hội Mahabodhi Ấn Độ

Như các bậc trưởng lão nói, toàn bộ lời dạy của Đức Phật là nghệ thuật sống và là món quà Pháp vô giá cho nhân loại. Nếu một người sống đời sống có giới luật, thì đây chính là nghệ thuật sống. Nhưng sống đạo đức mà trong tâm lại phản ứng tiêu cực cũng khiến người khác không vui. Đức Phật dạy rằng bằng cách quan sát và thanh lọc tâm, tức là định và tuệ, cùng với giới, chúng ta sẽ sống bình yên và hài hòa. Khi một người sống tiêu cực, căng thẳng bên trong và không mang lại điều gì ngoài sự căng thẳng cho người khác. Khi một người sống bình yên, hài hòa, vị ấy sẽ tạo ra bình yên và hòa hợp cho chính mình cũng như cho người khác. Chính vì lý do này mà chúng ta có thể tôn vinh lời dạy của Đức Phật là quy tắc ứng xử, một phương pháp và nghệ thuật sống hiệu quả.

Tôi thực hành Thiền Tứ Niệm Xứ *(vipasanna)* liên tục hàng ngày trong một giờ vào buổi sáng. Trong cuộc sống của mình, trước khi thực hành Thiền Tứ Niệm Xứ *(vipassana)*, tôi nhận thấy những căng thẳng cá nhân của mình khủng khiếp đến mức tôi rất đau khổ và khiến người khác bị đau khổ theo. Đến với đạo Phật, tôi thấy mình nhẹ nhõm giải thoát hơn nhiều. Tôi bắt đầu sống một cuộc sống tốt đẹp hơn, có ích hơn cho các thành viên trong gia đình, bạn bè và xã hội. Vì vậy, nếu một cá nhân vẫn còn đầy tiêu cực, xã hội sẽ phải hứng chịu. Nếu một cá nhân thay đổi theo chiều hướng tốt hơn thì điều đó cũng có ảnh hưởng tốt đến xã hội.

Với những cảm nhận về những thay đổi tích cực như vậy, Hội DoW bắt dầu tổ chức Hội thảo Thiền Anapana hàng năm trong một ngày mang tên "Đứa trẻ chánh niệm" kết hợp với Đại học Gautama Buddha vào tháng 2 năm 2014. Đây là cách chúng tôi giới thiệu cho trẻ em từ các trường phổ thông và cao đẳng cũng như cả người lớn tìm hiểu thêm về thiền trong đời sống hằng ngày. Chúng tôi kết hợp chương trình thiền anapana vào buổi Pháp thoại hàng tháng. Khi thường xuyên tổ chức các buổi pháp thoại và thiền định sổ tức, Thiền sư của chúng tôi, Thượng tọa Kaccayana Sraman, thường nói rằng khóa học niệm hơi thở *(Satipathanna)* phải được thực hiện chân thành để hiểu Thiền Tứ Niệm Xứ *(vipasanna)* một cách đúng đắn. Để làm theo lời khuyên của Ngài, tôi đã mua Kinh Đại Niệm Xứ do VRI xuất bản bằng cả tiếng Hindi và tiếng Anh. Trong suốt một năm, tôi đã nghiên cứu cuốn sách này, nhưng nó không tạo ra sự khác biệt nào trong việc thực hành vipassana của tôi. Cuối cùng, tôi quyết định đăng kí khóa Satipatthana tại Dharma Patthana, Làng Kammaspur, Sonepat, Haryana từ ngày 2 đến ngày 10 tháng 8 năm 2015. Như đã biết ngày nay, Kammaspur là một địa điểm quan trọng trong cuộc đời của Đức Phật.

Kinh Tứ Niệm Xứ

Kinh Đại Niệm Xứ này là bài kinh vĩ đại về nhận thức do Đức Phật thuyết:

Tôi đã nghe như vầy: Một thời Thế Tôn ở giữa người Kurus ở Kammāsadhamma, một thị trấn của người Kuru. Ở đó, Đấng Giác Ngộ gọi các Tỳ-kheo như sau: "Này các Tỳ-kheo," và các vị ấy đáp: "Bạch Ngài!" Lúc đó Đấng Giác Ngộ đã nói.

Này các Tỷ-kheo, đây là con đường duy nhất đưa đến thanh tịnh cho chúng sinh, vượt qua sầu ưu, diệt trừ khổ ưu, đi trên con đường chân lý, chứng ngộ Niết-bàn: nghĩa là, bốn phương pháp thiết lập nhận thức.

Thế nào là bốn? Ở đây, này các Tỷ-kheo, một Tỷ-kheo sống nhiệt tâm với chánh niệm và thường xuyên hiểu biết thấu đáo về vô thường, quan sát thân trong thân, loại bỏ tham ái và sân hận đối với thế gian (*của tâm và vật chất*); vị ấy sống nhiệt thành với chánh niệm và thường xuyên hiểu biết thấu đáo về vô thường, quan sát cảm giác trong cảm giác, loại bỏ tham và sân đối với thế giới *"của tâm và vật chất"*; vị ấy sống nhiệt thành với chánh niệm và thường xuyên hiểu biết thấu đáo về vô thường, quan sát tâm trong tâm, loại bỏ tham ái và sân hận đối với thế giới *"của tâm và vật chất"*; vị ấy sống nhiệt thành với chánh niệm và thường xuyên hiểu biết thấu đáo về vô thường, quan sát nội dung tinh thần trong nội dung tinh thần, loại bỏ tham ái và sân hận đối với thế giới *"của tâm và vật chất"*.[57]

Kết quả của việc thiết lập nhận thức

Thật vậy, này các Tỷ-kheo, bất cứ ai thực hành việc thiết lập tỉnh giác bốn phần này theo cách này trong bảy năm, người ấy có thể mong đợi một trong hai kết quả: ngay trong đời này trí tuệ cao nhất, hoặc, nếu nền tảng của các uẩn vẫn còn, thì chứng quả Bất lai (A-na-hàm).[58]

Chưa nói đến bảy năm, này các Tỷ-kheo. Nếu bất cứ ai thực hành tỉnh giác Tứ Niệm Xứ này theo cách này trong sáu năm, vị đó có thể đạt được một trong hai kết quả: ngay trong đời này trí tuệ cao nhất, hoặc, nếu nền tảng của các uẩn vẫn còn, giai đoạn Bất lai.[59]

Như được giải thích xuyên suốt toàn bộ bài kinh là hãy chánh niệm, tỉnh giác ātāpī sampajāno satimā *(quán sát thân tâm ở cấp độ cảm thọ và với sự hiểu biết thấu đáo liên tục về vô thường)*. Để đạt được những kết quả được đảm bảo này, tính liên tục phải là sampajaññaṃ na riñcati *(người hành thiền không được đánh mất sự hiểu biết thấu đáo liên tục về vô thường dù chỉ trong chốc lát)*. Đây là giai đoạn giải thoát cuối cùng của một vị A-la-hán. Giai đoạn của một anāgāmī (bậc bất lai) là giai đoạn giải thoát thứ ba và tiếp theo là giai đoạn giải thoát cuối cùng.[60]

---

57. Kinh Mahasatipatthana, Viện Nghiên cứu Vipassana (Igatpuri, Ấn Độ). Truy cập ngày 15/8/23, https://www.vridhamma.org/node/2786
58. Bất là là A-na-hàm (anāgāmī) : không trở lại cõi người nữa, chỉ tái sinh ở cõi Sắc hay Vô sắc để tiếp tục tu hành.
https://lytu.vn/ly-tu-hoi-dap-tu-thanh-qua-va-qua-vi-a-la-han
59. Như trên.
60. Tứ thánh quả gồm có: Tu Đà Hoàn, Tư Đà Hàm, A Na Hàm, A La Hán. Chỉ

Trong khóa học tại Kammaspura, những giáo lý và thực hành chi tiết đã được giảng dạy:

1. Kāyānupassanā: *quan sát thân*
2. Vedanānupassanā: *quan sát thọ*
3. Cittānupassanā: *quan sát tâm*
4. Dhammānupassanā: *quan sát pháp*

Mục đích cuối cùng là làm sạch tâm trí. Niết bàn vượt ra ngoài tâm trí và vật chất. Nó có thể đến với bạn bất cứ lúc nào tùy thuộc vào mức độ thuần khiết trong sáng của hành giả. Trong trạng thái đó, mọi giác quan của hành giả ngừng hoạt động. Nó có thể là một giây, một phút, hay lâu hơn, nhưng trong khoảng thời gian ngắn ngủi đó, hành giả vượt khỏi mọi cảm giác và suy nghĩ. Thước đo để đo lường sự tiến bộ của một người là sự bình tâm thanh tịnh mà hành giả đã phát triển được. Sự bình tâm phải ở mức độ cảm giác của cơ thể nếu vị ấy muốn đi sâu vào tâm trí và loại bỏ những bất tịnh. Nếu một người học cách nhận biết các cảm giác và giữ bình tĩnh đối với chúng, thì việc giữ thăng bằng với sáu trần bên ngoài cũng trở nên dễ dàng.

Bây giờ câu hỏi có thể nảy sinh trong đầu hành giả: "Tôi đã đạt được gì sau khi thực hành vipasanna trong nhiều năm và tham dự rất nhiều khóa học bằng cách dành thời gian quý báu trong cuộc sống bận rộn của mình?" Câu trả lời khá đơn giản. Tôi chưa đạt đến giai đoạn nào, vậy thì tôi đã đạt được những gì và tại sao tôi lại thường xuyên thực hành cũng như nỗ lực hết mình để gửi ngày càng nhiều người đến tham dự các khóa thiền vipasanna. Tham dự khóa thiền Satipathanna này, tôi đã có thể giữ mình đi trên con đường đúng đắn, làm việc và tích lũy ngày càng nhiều ba-la-mật; điều này sẽ giúp

---

có quả vị A La Hán mới hoàn toàn đoạn mười kiết sử, chứng giải thoát hiện tiền và đạt được cảnh giới Niết Bàn (hữu dư), còn ba quả vị còn lại thì chưa. https://lytu.vn/ly-tu-hoi-dap-tu-thanh-qua-va-qua-vi-a-la-han

cuộc sống hiện tại và cuộc sống tương lai của tôi tốt đẹp hơn. Tôi không lo lắng về các giai đoạn Tư -đà - hàm, A-na- hàm, A La Hán hay Niết Bàn. Tôi đang cố gắng trở thành một con người tốt và làm việc vì bản thân và người khác.

Uttiṭṭhe! Nappamajjeyya! Dhammaṃ sucaritaṃ care.

Dhammacārī sukhaṃ setiṃ loke paramhi ca.

Nỗ lực, chớ phóng dật!

Hãy sống theo chánh hạnh,

Người chánh hạnh hưởng lạc,

Cả đời này, đời sau.

(Kinh Pháp Cú, Kệ 168)[61]

TÀI LIỆU THAM KHẢO

- *The Dhammapada: The Buddha's Path of Wisdom*. 2008. Translated from the Pali by Acharya Buddharakkhita. Sri Lanka: Buddhist Publication Society.
- *Mahasatipatthana Sutta*, Vipassana Research Institute (Igatpuri, India). Accessed 8/15/23, https://www.vridhamma. org/node/2786

61. Kinh Pháp Cú.Việt dịch: Hòa Thượng Thích Minh Châu. Bản chuyển dịch thơ của Tâm Minh Ngô Tằng Giao ở cuối bài. https://dieuphapam.net/topics/423-bai-ke-kinh-phap-cu-voi-hinh-ve-minh-hoa.3187/

16

PHẬT GIÁO PALA TRONG SỰ PHÁT TRIỂN ĐIỆU MÚA GAUDIYA VÀ CÁC NGHỆ THUẬT KHÁC Ở BENGAL

Tiến sĩ Mahua Mukherjee

Cựu Giáo sư, Đại học Rabindra Bharati

Thời đại Phật giáo Pala đã có những đóng góp đáng kể cho sự phát triển của điệu múa Gaudiya và các loại hình nghệ thuật khác ở Bengal. Thời kỳ này kéo dài khoảng 400 năm từ thế kỷ thứ tám đến thế kỷ thứ mười hai Công nguyên, thường gọi là "Thời kỳ hoàng kim" của lịch sử văn hóa Bengal. Những người cai trị Pala, theo đạo Phật, đã đóng một vai trò then chốt trong việc quảng bá Phật giáo và thúc đẩy sự phát triển của nhiều nỗ lực nghệ thuật, văn học, tôn giáo, giáo dục và văn hóa. Vương triều Pala được thành lập vào giữa thế kỷ thứ 8 Công nguyên, Gopala trở thành vua của Bengal sau khi nhận được sự ủng hộ của nhiều thủ lĩnh thông qua cuộc cách mạng không đổ máu. Những người cai trị triều đại Pala là những người bảo trợ mạnh mẽ cho Phật giáo, đặc biệt là Phật giáo Đại thừa, và giữ vị trí quyền lực tối cao trong thế giới Phật giáo quốc tế. Họ đóng vai trò quan trọng trong việc truyền bá Phật giáo đến Tây Tạng và quần đảo Đông Nam Á.

Gopala được kế vị bởi Thái tử Dharmapala, người trị vì từ khoảng năm 770 đến năm 810 Công nguyên. Dharmapala đã củng cố quyền lực của mình trên khắp miền Bắc Ấn Độ và thành lập một chính phủ hiệu quả. Vua cũng đóng vai trò quan trọng trong việc phát triển giáo dục bằng cách xây dựng các trường đại học Phật giáo trên khắp Bengal, trong đó có trường Vikramshila Mahavihara nổi tiếng. Các tổ chức này đã thu hút các Sư Tây Tạng đến học tại Trường Đại Học Phật Giáo Nalanda và Vikramshila, trong khi nhiều giáo thọ Acharyas từ Bengal đến Tây Tạng để truyền bá giáo lý Phật giáo.

Trong thời trị vì của Dharmapala, Bengal đã trải qua những thay đổi đáng kể trong các lĩnh vực chính trị, xã hội và văn hóa. Người cai trị tiếp theo, Devapala (trị vì khoảng 810–850 Công nguyên), tiếp tục mở rộng quyền lực của mình trên khắp Bắc Ấn Độ và đạt được danh tiếng kéo dài đến Java, Sumatra và Bán đảo Mã Lai. Ảnh hưởng của vua thậm chí còn thu hút một đại sứ từ Vua Balaputadeva của Vương triều Shailendra đến thăm. Vua Devapala (Bengali: দেবপাল) hoàng đế của Đế chế Pala của Bengal, vị vua thứ ba trong dòng dõi và đã kế vị cha mình là Dharamapala[62] đã từng là viện trưởng, đứng đầu Trường Đại Học Nalanda, một trung tâm văn hóa và học thuật Phật giáo nổi tiếng.

Sự cai trị của Vương triều Pala đã đánh dấu đỉnh cao vinh quang của Bengal và nó có tác động sâu sắc đến lịch sử văn hóa của khu vực. Trong thời kỳ này, các học giả như Pandit Atish Dipankar Srijnan đã xuất hiện và các vương quốc riêng lẻ của Bengal đã bảo trợ cho nhiều lĩnh vực văn hóa khác nhau. Triều đại của Rampala chứng kiến sự sáng tác của các tác phẩm như "Ramcharita Kavya" của Sandhyakara Nandi, "Naisutrer Tika" của Sridhara Bhatta và "Chikitsa Sangraha" của Chakrapani Dutta. Thời đại này còn nổi tiếng với những thành tựu học thuật, với việc thành lập Vikramshila Mahavihara và Sompura Mahavihara. Atish Dipankara Srijnan từng là Hiệu trưởng của Vikramshila Mahavihara, trong khi tàn tích của Sompura Mahavihara được phát hiện ở Paharpur. Những nghệ sĩ lành nghề như Dhiman và Bitopal, như nhà sử học Tây Tạng, Lama Tarnath, đã để lại dấu ấn trong thời kỳ này thông qua những đóng góp nghệ thuật tinh tế của các Ngài

Bên cạnh các phương tiện nghệ thuật khác, quy tắc Pala xứng đáng được ghi nhận vì sự tiến bộ và mở rộng nghệ thuật khiêu vũ. Điều này được thể hiện rõ qua các tác phẩm điêu khắc, văn học và hội họa khác nhau. Trong hầu hết các điệu múa cổ điển ngày nay của Ấn Độ, Devadasis đóng một vai trò quan trọng và Gaudiya Nritya cũng không ngoại lệ. Nó có truyền thống lâu đời về hệ thống Devadasi. Trong thời kỳ Pala ở Greater Bengal, người ta đã luyện tập kỹ lưỡng về khiêu vũ và âm nhạc. Các vũ công trong đền thờ biểu diễn ở nhiều ngôi đền khác nhau trong thời gian này, như được đề cập trong Rajatarangini được viết bởi Kalhana, một nhà thơ

62. **Devapala** (Bengali: দবেপাল) hoàng đế của Đế chế Pala của Bengal. Ông là vị vua thứ ba trong dòng dõi và đã kế vị cha mình là Dharamapala. https://www.srku.edu.in/read?s=Devapala+of+Bengal

Kashmiri. Từ đó, chúng ta biết rằng vào thế kỷ thứ tám ở Paundravardhana, một thành phố thuộc Bắc Bengal ngày nay, Devadasis đã biểu diễn điệu múa cổ điển theo các nguyên lý của Natyashastral.

Câu chuyện diễn ra như sau:

Một lần, Jayapida, vua của Kashmir (khoảng 751–782 Công nguyên), cải trang và đến thăm Paundravardhana, thủ đô của Gauda-Vanga ở Bắc Bengal. Ông đã chứng kiến nàng Nartaki xinh đẹp tên Kamala biểu diễn Lasya Nritya trong ngôi đền Kartikeya, theo hệ thống hóa Natyashastra của Bharata. Nartaki Kamala dâng lên nhà vua một lá trầu, hay còn gọi là "Tambula," theo phong tục hiện có của người Bengal. Nhà vua vô cùng xúc động và bị mê hoặc trước giai điệu và sức hấp dẫn của điệu nhảy đến nỗi vua đã cưới nàng Kamala và đưa cô đến Kashmir. Câu chuyện này cho thấy Kashmir có sự đánh giá sâu sắc đối với văn hóa Bengal từ thời cổ đại, và sẽ không khôn ngoan khi nghĩ rằng văn hóa Bengal cũng ảnh hưởng đến Kashmir.

Ngoài ra, có những đề cập đến devadasis như devabarabanita trong Ramacharita Kavya của nhà thơ Sandhyakara Nandi của Gauda:

Paramara-vikaravir-yuvatibhir-apidevabarabanibhi kvanitvamani-kinkinikangkrita-nepathyadbhatam-natantibhi.[63]

Điều này có nghĩa là Devabarabanitas đang khiêu vũ mạnh mẽ, đeo trang sức và trang điểm đầy đủ. Tác phẩm đầy chất thơ của Sandhyakar Nandi cung cấp một mô tả hợp lý về nhịp độ hoặc lasya của âm nhạc, các thành phần trang điểm và trang phục. Trong các câu 33–36, ông đề cập đến tên của một số loại đá quý được sử dụng để làm đồ trang sức trong thời

63. Radhagovinda Basak, (biên tập và dịch), Ramacharita Kavya, Dacca, Nhà in và Nhà xuất bản Tổng hợp, 130 (Vangabda), 97.

gian đó, chẳng hạn như kim cương, ngọc trai, vaiduryamani và những loại khác. Tác phẩm cũng đề cập đến các loại trang phục mặc trong thời kỳ đó, cũng như các thành phần trang điểm, bao gồm kasturi, kalaguru, bột gỗ đàn hương, kumkum và long não. Nó cũng đề cập đến "laya" hay nhịp độ quan trọng của điệu nhảy và âm nhạc.

Ngoài văn học và hệ thống devadasi, còn có nhiều nhà điêu khắc nổi tiếng trong thời kỳ Pala, đặc biệt là dưới thời trị vì của Dharmapala và Devapala.

Trong thời gian trị vì của họ, Dhimana và con trai Bitopala là những nhà điêu khắc nổi tiếng nhất, giới thiệu nghệ thuật điêu khắc tuyệt đẹp gọi là "phong cách Đông Ấn." Các nhà điêu khắc nổi tiếng khác của thời kỳ Pala bao gồm Subhota, Tatata, Vishnubhadra và những người khác. Phong cách Đông Ấn hay "Purbadeshiya Reeti" này đã giúp phát triển các tác phẩm điêu khắc và hội họa trong các thời kỳ sau này ở Nepal, Tây Tạng, Assam và các khu vực khác. Việc thực hành hội họa cũng rất sâu sắc và phức tạp trong thời kỳ này, thể hiện rõ qua các bản viết tay như Patachitra.

Trong thời kỳ Pala, chất liệu chính được sử dụng để tạo ra các hình tượng (*nritta murtis*) là đất sét (*đất nung*), gỗ, đá và kim loại. Sự thành lập của triều đại Phật giáo Pala ở Bengal vào khoảng giữa thế kỷ thứ 8 Công nguyên đã đánh dấu thời kỳ cai trị lâu dài của người Pala, kéo dài gần 4 thế kỷ, chứng kiến sự trỗi dậy và phát triển của Phật giáo không chỉ ở Bengal mà còn ở phần lớn các nước phương Đông, Ấn Độ. Thời kỳ này chứng kiến sự hưng thịnh của nhiều loại hình nghệ thuật khác nhau như điêu khắc bằng đá và kim loại, đất nung, tranh lá cọ, chạm khắc tinh xảo trên đá và các chất liệu khác. Những truyền thống nghệ thuật này không chỉ đại diện cho trình độ nghệ thuật phát triển cao ở Bengal mà còn phản ánh những thực hành nghệ thuật cổ xưa. Nhiều hình ảnh được phát hiện ở vùng Bengal nguyên vẹn được làm bằng đá đen và thường thuộc thời kỳ từ năm 800 Công nguyên đến năm 1280 Công nguyên.

Nhiều trung tâm công nghiệp tạo hình ảnh nổi lên ở các vùng khác nhau của Bengal, bao gồm cả Amati ở Tây Dinajpur, nơi được chú ý trong số những tàn tích ngày nay của Bengal. Một trung tâm quan trọng khác đã được Bhattashali quan sát ở vùng lân cận Dacca[64] (nay là Dhaka). Những ví dụ điển hình nhất về nghề thủ công của người Pala có thể được nhìn thấy qua nhiều hình ảnh kim loại được tìm thấy ở Greater Bengal. Những khám phá cổ xưa cho chúng ta biết rằng Chandraketugarh ở Tây Bengal cũng là địa điểm quan trọng về nghề thủ công kim loại trong thời kỳ lịch sử đầu tiên ở Đông Ấn Độ.[65]

Bengal, được biết đến với nhiều cây Greenwood, có truyền thống phong phú về tượng gỗ. Những người thợ chạm khắc gỗ ở Bengal, thuộc cộng đồng nghệ nhân Sutradhara, đã đóng góp đáng kể vào lịch sử chạm khắc gỗ ở miền Đông Ấn Độ.[66]

Các tác phẩm điêu khắc bằng đất nung hay còn gọi là tượng đất sét có tầm quan trọng rất lớn trong nghệ thuật của người Bengal. Đất sét phổ biến ở Bengal, đặc biệt dọc theo sông Hằng và sông Brahmaputra, đã tạo điều kiện cho loại hình nghệ thuật này phát triển mạnh mẽ ở vùng đồng bằng ven sông Bengal từ thời cổ đại. Bộ sưu tập diêu khắc đất nung quan trọng đã được khai quật trong các cuộc khai quật tại Paharpur (Bangladesh ngày nay) và Jagjibanpur (Tây Bengal ngày nay) có niên đại từ thế kỷ thứ chín Công nguyên, trong

64. PK Bhattacharya, Biểu tượng điêu khắc, Bắc Bengal, Bảo tàng Akshay Kumar Maitreya, Đại học Bắc Bengal, 1983, tr. giới thiệu.

65. Chattopadhyay, Pranab, Kr., Phát hiện kim loại từ Chandraketugarh, Khảo cổ học Kolkata ở Đông Ấn Độ, Trung tâm Nghiên cứu và Đào tạo Khảo cổ học, Đông Ấn Độ, 2002, 454.

66. Chakraborti, Shyamal, Tranh khắc gỗ của Bengal ở Bảo tàng Gurusaday Dutta, Kolkata, Bảo tàng Gurusaday Dutta, 2001, 7–9.

thời kỳ Pala.

Các Palas Phật giáo đã phát triển một biểu hiện địa phương khác biệt, phát triển những đặc điểm riêng, tồn tại trong khoảng 400 năm cho đến khi người Hồi giáo đến. Bengal được coi là bảo tàng kiến trúc một cách chính đáng.

TÀI LIỆU THAM KHẢO

- Bhattacharya, P.K., *Iconography of Sculptures, North Bengal, Akshay Kmar Maitreya Museum,* University of North Bengal, 1983.
- Chakraborti, Shyamal, *Wood Carvings of Bengal in Gurusaday Dutta Museum*, Kolkata, Gurusaday Dutta Museum, 2001.
- Chattopadhyay, Pranab, Kr., *Metal Finds from Chandraketugarh,* Kolkata Archaeology of Eastern India, Centre of Archaeological Studies and Training, Eastern India, 2002.
- Radhagovinda Basak, (edited & translated), *Ramacharita Kavya, Dacca*, General Printers and Publishers, 130 (Vangabda).

17

PHẬT GIÁO VÀ NHẠC KỊCH CHANDALIKA CỦA TAGORE

Tiến sĩ Satabdi Acharyya

Học giả độc lập và biểu tượng của vũ điệu Goudiya, Kolkata

Bengal cổ đại là trung tâm lớn về Phật giáo, nghệ thuật và chủ nghĩa đế quốc; quả thực, Phật giáo là nền tảng của di sản văn hóa và ngôn ngữ của Bengali như có bài thơ-bài hát sớm nhất bằng tiếng Bengali là "Charyapada", được sáng tác bởi các sahajiya siddhacharyas hay các nhà sư-guru Phật giáo. Theo các học giả đương thời, thuật ngữ Dharma trong tiếng Bengali nghĩa là "Bauddha Dharma" (Phật pháp) hay Phật giáo và thuật ngữ Dharmapuja nghĩa là

"Buddhapuja" hay thờ phượng Đức Phật. Khi Phật giáo bắt đầu suy tàn ở nhiều vùng khác nhau của Ấn Độ, Phật giáo đã xuất hiện lần cuối ở Bengal.

Từ thời xa xưa, du khách và người hành hương đã khao khát được khám phá các tu viện, bảo tháp, chaityas (*phòng cầu nguyện*) và những trường học cổ xưa của Bengal. Qua nhiều thời đại, những du khách như vậy đã là nguồn thông tin có giá trị và được ghi lại bằng chứng trong các chuyến hành hương của họ. Nếu chúng ta chỉ nghiên cứu các bằng chứng khảo cổ học về quá khứ của Phật giáo, chúng ta có thể đi đến những kết luận sai lầm bởi vì nếu không nghiên cứu các văn bản, văn học, hội họa, điêu khắc Phật giáo một cách tương đối thì linh hồn của Phật giáo hay trí tuệ của Đức Phật không thể được hiểu đúng đắn.

Rabindranath Tagore chịu ảnh hưởng của Upaniṣads,[67] Phật giáo và các kinh sách khác. Ông đã phát triển khái niệm triết học của mình từ Upaniṣad, Phật giáo, Bāul, ca sĩ dân gian và các vị thánh thần bí khác như Lalan, Kabir. Những ví dụ về sự tận tâm của Tagore đối với văn hóa Phật giáo được tìm thấy qua nhiều tác phẩm khác nhau của ông. Tagore với tư cách là nhà thơ siêu hình chịu ảnh hưởng của Kinh thánh Ấn Độ như Upaniṣad và Vedānta. Ông thường xuyên và ngẫu hứng đọc các bài thánh ca Phật giáo. Ảnh hưởng này kéo dài rất lâu cho đến khi Tagore qua đời. Không phải vì ông sinh ra trong gia đình theo đạo Hindu mà vì triết lý của những kinh sách đó đã định hình nên lối sống và giúp ông đạt đến mục tiêu cao nhất là khát vọng của con người. Tagore nhấn mạnh về đặc tính toàn diện của Thượng-đế, mối quan hệ liên

67. Upanishad (/ʊˈpʌnɪʃədz/;[1] tiếng Phạn: उपनिषद्, IAST: Upaniṣad, phát âm là [ˈʊpɐnɪʂɐd]) là các văn bản tiếng Phạn Vệ Đà muộn và hậu Vệ Đà "ghi lại quá trình chuyển đổi từ chủ nghĩa nghi lễ cổ xưa của Vệ Đà sang tôn giáo mới." các ý tưởng và thể chế"và sự xuất hiện của các khái niệm tôn giáo trung tâm của Ấn Độ giáo.

kết giữa "con người với con người" và giữa "con người với thiên nhiên" đều được lấy từ Upaniṣads. Tagore cũng hoàn toàn quen thuộc với toàn bộ truyền thống Upaniṣadic và do đó mang dấu ấn của một số hệ thống Vedāntic trong tư tưởng thơ văn của mình. Chủ nghĩa Vaiṣṇavis, một giáo phái của Vedānta, khiến ông nhận ra sự cần thiết và tầm quan trọng của việc mở rộng trái tim để kết nối con người với nhau.

Rabindranath Tagore mang lại sự hài hòa giữa Hữu hạn và Vô hạn. Đối với ông ấy, sự hòa hợp như vậy vẫn tồn tại trong mỗi người. Bản ngã của cá nhân muốn ràng buộc Ông với vật thể trần tục này trong khi tâm hồn Ông khao khát Cái Vô hạn. Tự do là sự giải thoát, tháo gỡ khỏi sự ràng buộc. Phật giáo và những câu thơ trong Upaniṣads cũng giúp định hình tư tưởng triết lý siêu hình của Tagore như: "Đối với tôi, những câu thơ trong Upanishads và những lời dạy của Đức Phật luôn là thứ thuộc về tinh thần, và do đó có sự phát triển bản năng sức sống vô biên bên trong tôi cũng như những cá nhân khác, và chờ đợi sự trải nghiệm đầy giá trị của nó." (Sadhana– The Realisation of Life của Rabindranath Tagore). Qua lời nói của Tagore, chúng ta thấy rõ ông đã chịu ảnh hưởng triết lý đại thừa thâm sâu về bản thể của Đức Phật như thế nào. Tagore cũng rất ấn tượng với các ca sĩ Bāul của Bengal, Kabir và các vị thánh thần bí khác. Thần học đơn giản và những cách thức đơn giản của người Bāul đã gây ấn tượng rất lớn với Tagore. Ngoài người Bāul, những vị thánh thần bí như Kabir và những người khác luôn có niềm đam mê đặc biệt đối với Tagore. Với những ảnh hưởng này, Tagore đã định hình tôn giáo của riêng mình, tôn giáo của con người và cảm hứng sáng tác nhiều bài thơ, bài hát, tiểu thuyết và tranh vẽ cho chúng ta.

Trong sự đánh giá cao của Ông đối với Kinh Pháp Cú, Tagore nói: "Những chất liệu thuộc các sắc thái khác nhau của tư tưởng và văn hóa Ấn Độ bị giới hạn trong văn học Phật giáo và do thiếu sự gần gũi với chúng nên toàn bộ lịch sử Ấn

Độ vẫn chưa được hoàn thiện. Tin chắc vào điều đó, liệu một số thanh niên nước ta có thể cống hiến hết mình cho việc khôi phục di sản Phật giáo và biến nó thành sứ mệnh trong cuộc sống hay không?"[68]

Vào thời điểm đó, Tagore đã giới thiệu Phật giáo như một khoa học đặc biệt dành cho sinh viên Santiniketan. Để mở rộng kiến thức về Phật giáo, Ông đã cử Giáo sư Nitai Benode Goswami tới Ceylon, thành trì của Phật giáo. Trung tâm nghiên cứu Phật giáo được Tagore tăng cường tại Santiniketan và ngày nay trở thành một trong những nơi có dự án chuyên đề lớn nhất về văn hóa Phật giáo.

Tagore, nổi tiếng với những vở kịch khiêu vũ và những bản ballad, đã tìm ra nguồn gốc của vở kịch văn xuôi Chandalika từ "Shardula Karnabadaan" trích từ văn học Phật giáo Nepal, do Rajendralal Mitra biên tập. Tagore đã dàn dựng nhiều buổi biểu diễn Chandalika tại Shantiniketan. Năm 1935, Pratima Debi bắt đầu buổi diễn tập và được tổ chức vào ngày 16 tháng 3 với con gái của Nandalal Basu là nhân vật chính. Năm 1939, Chandalika lại được phong làm người cai trị Tripura. Tagore tự mình chọn nhân vật:

- Prakriti – Nandita
- Mẹ – Mrinalini Sarabhai
- Hòa thượng Ananda – Kelu
- Người bán sữa đông Nair – Anangalal
- Người bán vòng tay – Maki
- Những cô gái trong làng – Sukriti, Anu, Mamata và những nhân vật khác.

Nhìn vào danh sách các vũ công, chúng ta có thể hiểu

68. Rabindranath Tagore & Văn hóa Phật giáo, Sudhanshu Bimal Barua, 1961, Hiệp hội Xuất bản Phật giáo Kandy, Sri Lanka.

được sự kết hợp của các phong cách vũ điệu khác nhau khi biểu diễn - Kandi, BharaT.N.atyam, Kathakali và các điệu nhảy từ Nhật Bản và Châu Âu. Vở kịch được dàn dựng lại vào năm 1940 cho Mahatma Gandhi.

Mỗi bản ballad của Tagore đều dựa trên một số giá trị cơ bản của con người, quý giá hơn tôn giáo theo nghĩa thông thường. Tình thương, lòng nhân ái, lòng thương xót, sự cảm thông, lòng nhân hậu, ý thức về thái độ công bằng và bất công, ý thức đạo đức từ cốt lõi của trái tim con người là những giá trị nhân văn đó.

Ở một mức độ nào đó, sự tự ý thức là cần thiết cho sự phát triển bản thân; vì nếu không nhận thức được phẩm giá của vai trò hoặc chức năng của mình, người ta không thể cống hiến điều tốt nhất của mình cho thế giới.

Trên đây là những lời thoại trong vở Chandalika của Rabindranath Tagore, một vở kịch chứa đựng nhiều tình thương, lòng trắc ẩn, cảm giác tự ti, sự tái sinh và đỉnh cao của những lời dạy vĩ đại của Đức Phật. Âm nhạc mang lại sức sống cho vở kịch và khiến khán giả hiểu được cường độ cảm xúc mà các nhân vật chính mang trong mình trong suốt vở kịch.

Địa điểm của câu chuyện là tại Sravasti, một thành phố cổ nổi tiếng của Ấn Độ. Đức Phật đang ngự trong khu vườn của trưởng giả Cấp Cô Độc (*Anāthapindādā*). Tôn giả Ānanda, nhân vật chính trong vở kịch, khi trở về tu viện sau khi dùng bữa trưa với gia đình Phật tử, đã cảm thấy khát nước. Tôn giả nhìn thấy nàng Prakriti (giai cấp thấp Chandal), đang múc nước giếng. Ānanda nói muốn xin gáo nước uống. Sau một lúc lưỡng lự, cô gái dâng nước cho Ngài để làm dịu cơn khát. Ānanda chúc phúc cho cô gái ấy và ra đi. Ngay sau cuộc gặp gỡ ấy, Prakriti bị Ānanda thu hút và tương tư Ngài ngày đêm. Nhưng không tìm ra cách nào dễ dàng để thu phục nhà sư hảo tướng nổi tiếng này, cô phải nhờ đến mẹ mình, người thông thạo ma thuật. Mẹ của Prakriti dựng một bàn thờ bằng phân bò trong sân, đốt lửa và thực hiện phép thuật đen của mình bằng cách dâng 108 bông hoa arka vào lửa. Không thể cưỡng lại sự quyến rũ, Ānanda trở nên khó chịu và bị ma lực quyến rũ, sắp phá giới thể.

Do có trí tuệ toàn tri, nên Đức Phật hiểu được tình hình. Ngài liền sai tôn Giả Văn Thù đem thần chú Thủ Lăng Nghiêm cứu tôn giả A-nan. Phép thuật của ma thuật lắng xuống. Ānanda trở lại tu viện. Tagore đã tiết chế câu chuyện gốc này một chút để phù hợp với kịch và vũ điệu nhạc của mình. Trong sự sáng tạo của Tagore, chúng ta thấy rằng cả Prakriti và mẹ cô đều trở nên ăn năn vì đã sắp hại vị tu sĩ Ānanda, sắp sa vào nhục dục trần tục. Họ cúi đầu trước Ngài và xin được tha thứ. Tôn giả Ānanda chúc phúc cho họ bằng cách tụng kinh, "Buddho śuddho karuṇāmahannabo."

Bộ phim cho thấy rằng tình yêu không có giới hạn; niềm hạnh phúc thực sự khi chiến thắng được nhục dục và những phép thuật xấu xa của cuộc sống chỉ là những giai đoạn trải qua trong hành trình hướng tới trạng thái yên tĩnh và giác ngộ của chúng ta. Đức Phật và các đệ tử của Ngài như suối nguồn từ bi vô tận. Tagore tôn vinh những đức tính vĩnh cửu của Phật giáo thông qua Malini, Chandalika và Natir Puja, ba vở kịch dựa trên những câu chuyện Phật giáo. Ở Malini, sự khoan dung của Phật giáo được thiết lập để chống lại chủ nghĩa bè phái hẹp hòi của tôn giáo Bà La Môn. Trong Chandalika, tinh thần cách mạng của Tagore được thể hiện qua nhân vật Prakriti, một cô gái Chandala, hạ đẳng và không thể chạm tới. Cô ấy thốt lên: "Có rất nhiều Chandalas trong nhà của những người Bà la môn, khắp nơi, nhưng tôi không muốn là Chandala."

Câu chuyện cho thấy là việc khám phá những chiều hướng mới của cuộc sống cũng như khám phá nội tâm của một người.

Có nhiều khía cạnh trong cách tiếp cận của con người, chẳng hạn như nỗi ám ảnh về một thứ gì đó có thể tai hại như nuốt phải thuốc độc. Một khía cạnh khác của vở kịch được thể hiện qua hành động làm dịu cơn khát của một tu sĩ Phật giáo. Điều đó chứng tỏ đây là kiểu "tái sinh" đối với một cô gái vốn dĩ là không thể chạm tới. Sự hiện diện của người mẹ là lời nhắc nhở rằng chúng ta không nên bước ra khỏi ranh giới mà tôn giáo và xã hội đặt ra cho bất kỳ con người nào đang sống trên trái đất này. Cuộc nổi dậy chống lại bức tường của hệ thống và xã hội là một điều khác được bộ phim khắc họa. Sự hiện diện của một tu sĩ Phật giáo trong vở kịch đã làm trẻ hóa vở kịch, mang đến một cảm giác hoàn toàn mới cho vở kịch và lời dạy của Đức Phật, lòng quyết tâm hướng tới cuộc sống và khơi dậy những điều tốt đẹp nhất ở con người là những điều biến nó thành một cái nhìn đa chiều bộ phim tâm lý xung đột tinh thần mãnh liệt. Cuối cùng, biến thành một cuộc sám hối, cùng với sự tự nhận thức, bộ phim vẫn có một câu chuyện để kể, rằng tình yêu không đòi chiếm hữu mà mang lại tự do.

Này Ananda, chính là vị tỳ khưu thanh tịnh như trời, đẹp đẽ, giác ngộ, đã từ bỏ các dục lạc trần thế, đến gần nàng để làm dịu cơn khát. Tuy nhiên, là một Chandal, Prakriti nhất định không đưa cho anh ta nước từ một cái giếng không tinh khiết như cô, khiến tôn giả than thở và nói với cô ấy, "Nếu những đám mây đen của sravana được mệnh danh là Chandel thì sao? Nó không làm thay đổi bản chất của họ hoặc phá hủy chất lượng nguồn nước của họ. Đừng hạ nhục bản thân; Tự hạ mình là một tội lỗi, còn tệ hơn cả việc tự sát.

Đến khi câu chuyện xảy ra khúc mắc, khi cô tiết lộ sự ra đời mới của mình và quyết tâm trân trọng sự ra đời mới của mình với chính mình. Không còn nghi ngờ gì nữa, khái niệm phân biệt đẳng cấp của người Hindu dựa trên nguồn gốc của một người là vô nhân đạo. Nó cần phải bị xóa bỏ hoàn toàn và sự bình đẳng nhuốm màu nhân loại phải được thiết lập. Tuy nhiên, để trật tự xã hội hoạt động tốt hơn, những con người mới thức tỉnh cũng cần phải thực hiện một số hạn chế về luân lý và đạo đức. Đây có thể là ý tưởng của Tagore trong việc kịch hóa truyền thuyết Ananda thông qua Chandalika.

Theo lời của K.R. Kripalani, "Ý thức mới sau nhiều năm bị đàn áp đang áp đảo và người ta chỉ học được cách kiềm chế sau khi chịu đựng đau khổ," (Kulkarni, 2014). Đó là điều xảy ra với nhân vật chính của Chandalika. Prakriti, cô gái Chandal, sau trải nghiệm bi thảm của mình, nhận ra sự cần thiết của các giá trị đạo đức trong lần tái sinh của mình. Trí tuệ giác ngộ của Prakriti giờ đây không chịu chấp nhận những khẩu đại bác nhục nhã lâu đời của đạo Hindu. Với cô: "Tôn giáo xúc phạm là tôn giáo sai lầm. Mọi người đoàn kết lại để khiến tôi tuân theo một tín ngưỡng mù quáng và bịt miệng" (Kulkarni, 2014). Lời thuyết giảng của Ananda đã mang lại sự thay đổi lớn lao trong thái độ của cô và cô cảm thấy được thức tỉnh trước một cuộc sống mới - một cuộc sống mà cô không phải là Chandal mà là một con người ngang hàng với thế giới, ngay cả với bậc thánh nhân. Cô tranh luận với mẹ: "Rất nhiều nô lệ sinh ra mang dòng máu hoàng gia, nhưng con không phải là nô lệ; rất nhiều người Chandal sinh ra trong các gia đình Bà la môn, nhưng con không phải là Chandal" (Kulkarni, 2014, trang 152).

Tiến sĩ Ambedkar, nhà cải cách xã hội hiện đại và là đấng cứu thế của những người bị áp bức, từng được cho là đã nhận xét: "Hãy nhận biết nô lệ của anh ta là nô lệ, và anh ta sẽ nổi dậy" (Ambedkar, 2023). Những điều tương tự cũng xảy ra với Prakriti không thể chạm tới. "Tâm trí tự do" bây giờ khơi dậy những cảm xúc yêu thương và khao khát dành cho Ananda trong lòng cô. Bị kích thích bởi cảm giác tự do và để chứng minh địa vị bình đẳng của mình, cô nổi dậy chống lại xiềng xích lâu đời của bên lề mà tôn giáo và xã hội đặt lên "bản thân" của cô. Bây giờ cô ấy quyết định hợp nhất với chính người đã giải phóng "cái tôi" này. Đây là một ý tưởng quá đáng đối với các khẩu súng đạo đức và đạo đức của thế giới vì các nhà sư Phật giáo khi theo đuổi Niết bàn đã tuân thủ nghiêm ngặt lời nguyện sống độc cư vì người khác và do đó nằm ngoài tầm với của bất kỳ cá nhân thông thường nào về những thú vui trần tục và tình cảm nam nữ. Prakriti mất hết cảm giác sợ hãi đối với sự thánh thiện cũng như các quy tắc ứng xử xã hội và tôn giáo trong trạng thái mới thức tỉnh của cô. Do đó, cô tuyên bố: "Tôi không còn sợ gì nữa, ngoại trừ việc chìm đắm trở lại, quên mất chính mình, lại bước vào ngôi nhà bóng tối. Điều đó còn tệ hơn cả cái chết!" (Ambedkar, 2023, trang 153). Khi làm như vậy, cô quên rằng Ananda không phải là một con người bình thường để thực hiện những đam mê của mình, mà là một phàm nhân thần thánh làm việc vì mục đích nâng cao phẩm giá con người. Cô nói với mẹ: "Con sẽ gửi lời kêu gọi của mình vào tâm hồn tôn giả để tôn giả nghe thấy. Con đang khao khát được trao ban chính mình; nó giống như một nỗi đau trong lòng con." (Ambedkar, 2023, trang 152).

Nỗi đau khao khát vị tu sĩ hảo tướng thánh thiện này càng trở nên mãnh liệt hơn khi, sau đó trong vở kịch, trong cơ hội thứ hai của cô, kể về tôn giả Anan, đang thiền định trong nội tâm tâm linh của mình, hoàn toàn phớt lờ sự hiện diện của cô và Ngài tiếp tục tụng kinh. Điều đó làm tan vỡ sự ảo tưởng về niềm khao khát trần thế của cô. Đó là một cú sốc lớn đối với tâm trí nhạy cảm của cô. Cái tôi phụ nữ của cô bị nghiền nát và người phụ nữ mới thức tỉnh cảm thấy bị tổn thương sâu sắc. Trong cơn thịnh nộ, cô ra lệnh cho mẹ mình dùng phép thuật của mình lên trái tim đàn ông của Ananda để buộc tôn giả phải cầu xin sự đồng hành làm chồng cô. Mẹ của Prakriti thực hiện phép thuật của mình lên Ananda đang thiền định, người đang nhập định trong niềm hạnh phúc tâm linh. Anan bất lực khi lê bước từ nơi tịnh thất ở Vaisali đến nơi ở của nàng Prakriti ở Sravasti. Đó là chiến thắng của nữ giới bị gạt ra ngoài lề xã hội của Prakriti trước đạo đức tinh thần nghiêm khắc của tu sĩ.

Tuy nhiên, chiến thắng này của cô gái bị gạt ra ngoài lề xã hội chỉ tồn tại trong thời gian ngắn. Khi Ananda đứng trước ngưỡng cửa nhà mình, cô kinh hoàng trước sự thay đổi ở tôn giả mà phép thuật của mẹ cô mang lại. Ánh sáng, sự rạng ngời và sự thanh khiết sáng chói đã biến mất khỏi khuôn mặt hảo tướng và thanh thản của Ananda do bùa chú của người mẹ. Đối với cô, Ngài dường như hoàn toàn kiệt sức, mờ nhạt và không có ánh sáng thiên đường. Ngài thậm chí trông không giống vị tu sĩ đáng kính mà cô tha thiết muốn kết hôn. Khuôn mặt xấu xí của Anna bấy giờ khiến Prakriti không thể tin nổi. Trong cơn bàng hoàng, cô nhận ra sai lầm và tội lỗi mình đã phạm trong cơn thịnh nộ mù quáng.

Ăn năn, cô ngăn mẹ mình tiếp tục thực hiện bùa chú, cầu xin Ananda tha thứ và quỳ dưới chân Ngài. Kết quả là, câu thần chú vốn đã dày vò trái tim thuần khiết của nhà sư cho đến nay đã trở lại trạng thái bình thường. Người mẹ cũng cầu xin sự tha thứ và quỳ dưới chân thánh nhân. Và Ananda trở về, niệm danh hiệu Đức Phật thanh tịnh nhất, về với con người thường ngày với tâm hồn trong sáng. Prakriti, cô gái Chandal, sau trải nghiệm bi thảm của mình, nhận ra sự cần thiết của các giá trị đạo đức trong lần tái sinh của mình. Cuối cùng, cô sửa chữa sai lầm trong việc xem xét lại đạo đức con người mà cô đã phạm phải trước đó và cuối cùng trở thành một người phụ nữ tốt hơn và có tinh thần hơn.

TÀI LIỆU THAM KHẢO

- Ambedkar, B.R. 2023. *The Untouchables*. New Delhi: Namaskar Books.
- Barua, Sudhanshu Bimal. 1978. "Rabindranath Tagore and Buddhist Culture." Sri Lanka: Buddhist Publication Society.
- Houseal, Joseph. 2020. "Three Aspects of Buddhist Dance." Buddhist Door Global website. https://www.buddhistdoor. net/features/three-aspects-of-buddhist-dance/
- Kulkarni, P.D. 2014. "Chandalika," *The Criterion: An International Journal in English.*
- Mohammad, Shafiullah S. 2019. "A Study of Rabindranath Tagore's Chandalika as a Psychological Play of Intense Spiritual Conflict." *Global Academic Journal of Linguistics and Literature,* 2019, 1(1) 20–21. https://gajrc. com/journal/gajll/home
- Mukherjee, Mahua, 2008. "Bharatiya Nritya Troi." Kolkata: Sanskrit Sahitya Parishad.

18

TỰ TẠI VÀ TỈNH THỨC: ẢNH HƯỞNG CỦA PHẬT GIÁO TRONG THƠ CỦA RABINDRANATH TAGORE

Monikiran Dattagupta
Nghiên cứu sinh Tiến sĩ
Đại học Lovely Professional, Punjab

Tóm tắt

Bài viết này tìm hiểu những ảnh hưởng sâu sắc của Phật giáo hiển nhiên trong thơ của Rabindranath Tagore, tập trung vào bốn tác phẩm đáng chú ý của ông: "Abhisar",

"Mulyaprapti", "Nagarlokkhi" và "Pujarini". Thông qua việc phân tích kỹ lưỡng những bài thơ này, bài viết làm sáng tỏ sự gắn bó của Tagore với mang tính triết học Phật giáo và tác động của nó đối với cách diễn đạt thơ ca của ông. Các chủ đề về lòng trắc ẩn, sự liên kết và theo đuổi sự bình yên nội tâm, cho thấy sự hiểu biết sâu sắc của Tagore về sức mạnh biến đổi của chánh niệm và sự đồng cảm. Bằng cách đi sâu vào sự phức tạp của trạng thái tồn tại và bản chất liên kết của tất cả chúng sinh, các tác phẩm của Tagore như lời nhắc nhở vượt thời gian về những lời dạy sâu sắc của Phật giáo và mời độc giả vào hành trình khám phá bản thân và chiêm nghiệm.

Giới thiệu

Rabindranath Tagore (1861–1941), nhà thơ, nhà văn và triết gia nổi tiếng, chịu ảnh hưởng sâu sắc của Phật giáo, và ảnh hưởng này tỏa sáng trong các tác phẩm văn học của ông. Bài viết của Tagore phản ánh trí tuệ vượt thời gian và chiều sâu tinh thần của triết học Phật giáo khi ông khám phá các chủ đề về lòng từ bi, sự liên kết và theo đuổi hòa bình nội tâm. Thông qua các tác phẩm của mình, Tagore mời gọi người đọc tham gia vào hành trình khám phá bản thân và chiêm nghiệm, đi sâu vào sự phức tạp của sự tồn tại và bản chất liên kết của tất cả chúng sinh. Các bài viết của ông như lời nhắc nhở nhẹ nhàng về sức mạnh biến đổi của chánh niệm và sự đồng cảm, mang đến cho người đọc cái nhìn sâu sắc về những lời dạy sâu sắc của Phật giáo. Bốn tác phẩm của ông đã được chọn để nghiên cứu chuyên sâu về chủ đề này. Chúng là "Abhisar", "Mulyaprapti", "Nagarlokkhi" và "Pujarini".

1. Abhisar

Tóm tắt: Vào một buổi tối gió mùa, nhà sư Upagupta đang nghỉ ngơi trên đường thì đột nhiên một cô gái trẻ tên

Basabdatta vô tình giẫm phải Ngài. Trong lúc vội vã đi gặp người yêu, cô liền xin lỗi nhà sư và mời nhà sư đến nhà mình như một cử chỉ sám hối. Tuy nhiên, nhà sư đã lịch sự từ chối và nói rằng đây chưa phải là thời điểm thích hợp để đến thăm nhà cô. Sư đảm bảo với cô rằng khi đến thời điểm thích hợp, chắc chắn sẽ đến thăm cô.

Vài tháng sau, vào một buổi tối cuối xuân, Upagupta tình cờ gặp một người phụ nữ mắc bệnh đậu mùa đã bị đuổi khỏi thành phố do tính chất truyền nhiễm của căn bệnh. Trước sự ngạc nhiên của mình, sư nhận ra rằng chính Basabdatta mới là người bị bỏ rơi và ruồng bỏ. Không chút do dự, nhà sư lao đến bên cô, bất chấp những nỗi sợ hãi xung quanh căn bệnh. Sư nhẹ nhàng ôm đầu cô vào lòng, một hành động được coi là đặc biệt cao quý, vì những người mắc bệnh đậu mùa thường bị xa lánh và coi là không thể chạm tới. Trong thời gian đó, bệnh đậu mùa đã trở thành một đại dịch, khiến các ngôi làng biến thành nghĩa địa.

Upagupta bắt đầu tụng kinh những lời cầu nguyện thiêng liêng; nguyện những phước lành thiêng liêng để chữa lành cho cô và bôi gỗ đàn hương êm dịu để giảm bớt đau khổ. Basabdatta vô cùng cảm động trước lòng từ bi và sự dũng cảm của nhà sư. Mặc dù cả thành phố xa lánh cô và loại cô ra khỏi ranh giới của họ, Upagupta, không hề sợ lây, vẫn chăm sóc cô bằng sự tận tâm và quan tâm không ngừng nghỉ. Ông giải thích rằng chính vào thời điểm đó, khi cô đang rất cần và xã hội đã từ chối cô, thì thời điểm thích hợp cuối cùng đã đến để nhà sư thực hiện lời hứa và đề nghị giúp đỡ.

Phân tích: Upagupta, một tu sĩ Phật giáo, đã minh họa cho những lời dạy của Đức Phật thông qua khả năng kiểm soát tính khí nóng nảy (không giận khi có người đạp chân mình) và sự từ bỏ ham muốn vật chất của mình một cách đáng chú ý. Khi Basabdutta vô tình giẫm phải anh ta, Upagupta đáp lại hết sức lịch sự, thể hiện đức tính khoan dung mà Đức Phật đã thuyết giảng. Bất chấp lời đề nghị đáp ơn của Basabdutta, Upagupta đã từ chối và giữ hạnh biết đủ, thi ân không cần báo đáp.

Nàng Basabdutta đầy hối hận đã nhận ra hành động vô ý của mình và đề nghị cho Upagupta một nơi trú ẩn ấm áp và tiện nghi. Lòng từ bi và sự quan tâm của cô đối với nhà sư đã chứng tỏ sự hiểu biết của cô về các nguyên tắc Phật giáo. Tuy nhiên, lính canh thành phố đã nhẫn tâm trục xuất Basabdutta trong lễ hội mùa xuân, khiến cô mắc bệnh thủy đậu và không có bất kỳ sự hỗ trợ nào.

Trong tình trạng tuyệt vọng, Basabdutta gặp Upagupta, người không hề sợ hãi tiếp cận cô bất chấp căn bệnh truyền nhiễm. Những hành động quên mình của nhà sư khi thoa dầu đàn hương êm dịu và cầu nguyện cô sớm bình phục, đã thể hiện lòng trắc ẩn và vị tha. Sự quan tâm của nhà sư Upagupta trong việc chăm sóc Basabdutta mà không mong đợi lợi ích cá nhân phản ánh những đức tính được Đức Phật dạy.

Bài thơ này đối chiếu hành động của các nhân vật để làm nổi bật các tinh hoa của Phật giáo. Việc Upagupta kiểm soát tính khí nóng nảy của mình, từ bỏ ham muốn và quan tâm đến người khác là những ví dụ điển hình cho nếp sống thiền môn của nhà chùa. Ngược lại, sự ngược đãi và bỏ rơi của Basabdutta cho thấy sự thiếu vắng lòng từ bi của xã hội. Hành động của Upagupta chứng minh sức mạnh chuyển hóa của Phật giáo và tác động tiềm tàng của nó đối với cá nhân và xã hội.

2. Mulyaprapti

Tóm tắt: Vào cuối mùa thu, khi bông sen cuối cùng trong năm nở rộ, Sudas, một người làm vườn khiêm tốn, đã cẩn thận hái nó và vội vã chạy về cung điện với ý định bán nó với giá cao hơn. Lòng anh quyết tâm đến gần nhà vua và yêu cầu được diện kiến. Trên đường đi, một người qua đường để ý đến loài hoa đẹp đẽ này và hỏi giá của nó. Ông muốn dâng nó lên

Đức Phật, người tình cờ đến thăm thành phố ngày hôm đó. Sudas đề xuất giá một đơn vị vàng cho bông sen quý hiếm và người qua đường đã đồng ý mua với số tiền đó.

Đột nhiên, nhà vua bước vào triều đình và bắt gặp bông hoa sen quyến rũ. Tò mò về giá trị của nó, nhà vua đã hỏi về giá của nó và cũng dự định dâng nó cho Đức Phật trong chuyến viếng thăm của mình. Sudas thông báo với nhà vua rằng người lạ đã đồng ý trả một đơn vị vàng. Nghe vậy, nhà vua liền nâng giá lên mười đơn vị vàng cho cùng một bông hoa. Người lạ mặt nhanh chóng khớp giá và tuyên bố rằng anh ta sẽ mua nó với giá 20 đơn vị vàng. Cuộc chiến đấu giá giữa hai bên leo thang, giá hoa sen tăng vọt.

Là một người làm vườn nghèo, Sudas rất ngạc nhiên trước số tiền cắt cổ được dâng cho một bông sen tưởng chừng như bình thường. Ông suy nghĩ rằng nếu cả người lạ và nhà vua đều sẵn lòng trả số tiền khổng lồ như vậy thì người mà họ muốn dâng hoa sen cho Đức Phật, phải coi trọng nó hơn nữa và sẽ sẵn sàng trả giá cao hơn nữa. Nhận thức được điều này, Sudas đã đưa ra quyết định. Ông từ chối bán hoa sen và vội vã đến thăm Đức Phật.

Cuối cùng khi gặp Đức Phật, Sudas thấy mình choáng ngợp trước sự hiện diện và hào quang của đấng giác ngộ. Vào khoảnh khắc đó, lòng ham muốn lợi nhuận và vật chất của anh biến mất. Ngạc nhiên trước nhân cách siêu phàm thanh thoát của Đức Phật, Sudas khiêm tốn dâng hoa sen dưới chân Ngài. Khi Đức Phật hỏi Sudas rằng ông đã cầu nguyện điều gì, người làm vườn trả lời với sự khiêm tốn tột độ rằng ông không mong muốn gì hơn ngoài một hạt bụi nhỏ từ bàn chân thiêng liêng của Đức Phật.

Phân tích: Sudas, một người làm vườn nghèo khó, ban đầu tiếp cận nhà vua với mong muốn tối đa hóa lợi nhuận từ bông sen cuối cùng của mùa. Tham gia vào một cuộc đấu giá với người lạ và nhà vua, Sudas nhận ra họ đang tranh giành bông hoa sen với giả định rằng Đức Phật sẽ đánh giá rất cao nó. Nhận thức này dẫn đến chuyển đổi sâu sắc trong Sudas. Anh ấy hiểu rằng có điều gì đó có ý nghĩa hơn lợi ích tài chính đang bị đe dọa.

Khi gặp Đức Phật, Sudas trải qua biến đổi sâu sắc hơn. Anh ấy nhận ra rằng chỉ tiền bạc không thể mang lại sự thỏa mãn thực sự hay hạnh phúc lâu dài. Trước sự giác ngộ của Đức Phật, Sudas trải qua sự thức tỉnh tâm linh và hiểu biết sâu sắc hơn về ý nghĩa cuộc sống. Choáng ngợp trước nhận thức mới này, Sudas khiêm tốn dâng hoa sen dưới chân Đức Phật, cầu xin phước lành tâm linh.

Sudas đại diện cho nguyên mẫu của một người kinh tế ban đầu chỉ được thúc đẩy bởi lợi nhuận. Tuy nhiên, cuộc gặp gỡ của ông với Đức Phật đã dẫn đến thay đổi trong quan điểm. Anh ấy nhận ra những giá trị và phước lành cao hơn không thể đo lường được bằng tiền. Hành trình của Sudas phản ánh những lời dạy của Phật giáo, nêu bật tầm quan trọng của sự phát triển tinh thần, sự tự nhận thức và hiểu biết rằng hạnh phúc thực sự vượt lên trên việc theo đuổi của cải và của cải vật chất.

3. Nagarlokkhi

Tóm tắt: Tại thành phố Srabastipur bị hạn hán, nơi nghèo đói lan tràn và người dân phải vật lộn để sinh sống, Đức Phật nhận ra tình hình thảm khốc và kêu gọi các đệ tử của mình chịu trách nhiệm vì lợi ích của người nghèo. Tuy nhiên, RaT.N.akar Seth, một doanh nhân giàu có, đã từ chối đảm nhận nhiệm vụ này với lý do miễn cưỡng. Jayasen, một tướng quân đội, bày tỏ sẵn sàng hy sinh máu của chính mình nếu điều đó có thể giúp ích, nhưng thú nhận có hạn chế về tài chính nên không thể xóa đói giảm nghèo cho thành phố. Dharmapala, một nông dân than thở về tình trạng đất đai cằn cỗi của mình, thậm chí không thể trả thuế hoàng gia nên không thể giúp.

Còn những Phật tử khác im lặng, Đức Phật cũng im lặng. Khi đó Supriya, một vị Tỳ khưu Ni, là con gái của một tu sĩ Phật giáo, đã khiêm tốn bước tới và tự nguyện đảm nhận trách nhiệm nuôi sống những người nghèo. Đức Phật ngạc nhiên trước quyết định của cô và đặt câu hỏi làm thế nào mà cô, với tư cách là một Tỳ kheo Ni, người dựa vào bố thí để nuôi sống bản thân, lại có đủ can đảm để đảm nhận một nghĩa vụ to lớn là chu cấp cho cả một thành phố khi những cá nhân giàu có hơn đã từ chối.

Supriya trả lời rằng chiếc bát khất thực là tất cả những gì cô có, cùng với sự cảm thông và ủng hộ của tất cả những người sẽ giúp đổ đầy bát khất thực vào đó. Cô cam kết sẽ sử dụng những lễ vật này để nuôi sống mọi người có nhu cầu. Sự quyết tâm quên mình của cô đã khiến Đức Phật cảm động, Ngài ghi nhận quyết tâm cao cả của cô trong việc giúp đỡ những công dân đang đau khổ ở Srabastipur.

Phân tích: Ở Srabastipur, Đức Phật phải đối mặt với tình thế tiến thoái lưỡng nan khi những cá nhân giàu có sa sút và những người khác gặp hạn chế về tài chính trong việc chăm sóc những cư dân nghèo khó của thành phố. Tuy nhiên, Supriya, một vị Tỳ khưu Ni chỉ có bình bát khất thực đã bước tới nhận trách nhiệm. Sự quyết tâm vị tha của cô thể hiện các nguyên tắc từ bi và vị tha của Phật giáo, bất chấp phương tiện ít ỏi của cô. Đức Phật vô cùng cảm động và nhận ra sự cao thượng hy sinh và đảm đang. Lấy cảm hứng từ tấm gương của Supriya, người dân Srabastipur đã hợp lực, góp phần xóa đói giảm nghèo, đồng thời nuôi dưỡng sự đoàn kết và đồng cảm. Bài thơ này nêu bật sự tương phản giữa sự miễn cưỡng của người giàu và lòng vị tha của Supriya, nhấn mạnh sức mạnh biến đổi của những hành động tử tế của cá nhân. Hành động của Supriya đóng vai trò như một lời nhắc nhở về tầm quan trọng của việc giải quyết nhu cầu của những người dễ bị tổn thương và tác động sâu sắc mà hành động vị tha có thể gây ra đối với các cá nhân và cộng đồng, thể hiện những giáo lý cốt lõi của Phật giáo.

4. Pujarini

Tóm tắt: Bimbisar, một vị vua và một đệ tử tận tụy của Đức Phật, đã xây dựng một bảo tháp khổng lồ bằng cách sử dụng một mảnh móng tay thu được từ chính Đức Phật. Mỗi buổi tối, tất cả phụ nữ trong gia đình hoàng gia sẽ tụ tập để cầu nguyện tại bảo tháp này. Tuy nhiên, khi Vua A-xà-thế (Ajatasatru) lên ngôi thay phụ vương, Vua đã ra lệnh cấm Phật giáo và đốt tất cả kinh điển Phật giáo trong một nghi lễ của đạo Hindu. Vua tuyên bố rằng kinh Veda, Bà La Môn và nhà vua là tối cao và không được tôn thờ bất cứ thứ gì khác trong vương quốc.

Vào buổi tối đặc biệt đó, Srimati, một cô hầu gái cũng là một tín đồ nhiệt thành của Đức Phật, đã đến gần mẹ của Vua A-xà-thế (Ajatasatru) với một chiếc khay trang trí hoa và đèn, với ý định cúng dường Đức Phật như bà vẫn làm hàng ngày. Thái hậu từ chối đi cùng vì sợ bị coi là bất tuân mệnh lệnh của nhà vua. Không nản lòng, Srimati sau đó tiếp cận hoàng hậu Amita và Công chúa Shukla, và cả hai tham dự nghi lễ thờ cúng.

Srimati đi khắp thành phố, kêu gọi mọi người, thúc giục họ cùng cô cầu nguyện, giống như mọi ngày. Tuy nhiên, người ta sợ hãi bỏ chạy hoặc xua đuổi cô vì sợ hãi trước cơn thịnh nộ của nhà vua. Khi mặt trời lặn và thời gian thờ cúng đến gần, các cận vệ của nhà vua chú ý đến bảo tháp được trang trí bằng đèn cầu nguyện. Họ nhanh chóng đối đầu với Srimati, buộc tội cô phản quốc. Khi được hỏi cô là ai, cô tự hào tuyên bố mình là đệ tử của Đức Phật. Lính canh đã giết cô không thương tiếc ngay tại chỗ, máu của cô nhuộm đỏ nền đá trắng của bảo tháp. Kể từ ngày đó trở đi, ngọn đèn cầu nguyện không bao giờ được thắp sáng ở bảo tháp nữa.

Phân tích: Bài thơ này đối chiếu lòng sùng mộ và lòng dũng cảm của Srimati, một thị nữ là đệ tử của Đức Phật, với những hành động đàn áp của vua Ajatasatru, người đã cấm Phật giáo. Bất chấp lệnh cấm, Srimati vẫn kiên trì cầu nguyện hàng ngày tại bảo tháp, ngay cả khi những người khác do dự vì sợ nhà vua. Cô kêu gọi người dân thành phố tham gia cùng mình nhưng vấp phải sự từ chối và sợ hãi. Khi lính canh buộc cô tội phản quốc, Srimati tự hào tuyên bố mình là đệ tử của Đức Phật và bị giết ngay tại chỗ, làm vấy máu của cô lên đá trắng của bảo tháp. Hành động này dẫn đến việc chấm dứt việc cúng dường đèn cầu nguyện tại bảo tháp.

Bài thơ này nhấn mạnh các chủ đề về lòng sùng mộ, lòng dũng cảm và sự đàn áp trong Phật giáo. Sự cống hiến không ngừng nghỉ của Srimati cho niềm tin của mình và lời kêu gọi thờ cúng tập thể của cô thể hiện bản chất của giáo lý Phật giáo. Sự hy sinh bi thảm mà cô đã thực hiện nêu bật những thách thức và hy sinh mà những người giữ vững niềm tin tâm linh của mình phải đối mặt bất chấp sự áp bức. Nó đóng vai trò như một lời nhắc nhở về sức mạnh to lớn và niềm tin vững chắc có thể tìm thấy ở những cá nhân dấn thân theo con đường tâm linh của họ, ngay cả khi đối mặt với nghịch cảnh nghiêm trọng.

Thảo luận: Các tác phẩm của Rabindranath Tagore, mặc dù không bắt nguồn rõ ràng từ Phật giáo, nhưng thường truyền tải những chủ đề tâm linh phổ quát cộng hưởng với các nguyên tắc Phật giáo. Bản thân Tagore bị ảnh hưởng sâu sắc bởi nhiều truyền thống triết học và tâm linh khác nhau, bao gồm Ấn Độ giáo, Vaishnavism và Upanishad, những truyền thống đã định hình nên thế giới quan và cách thể hiện nghệ thuật của Tagore như sau:

Nơi tâm trí được bạn dẫn dắt về phía trước,

Vào tư tưởng và hành động ngày càng mở rộng,

Vào thiên đường tự do đó, Cha ơi, xin cho đất nước con thức tỉnh.

Tagore không giới hạn nhân loại trong khuôn khổ của bất kỳ tôn giáo cụ thể nào mà tin vào tình anh em phổ quát. Trong khi các bài viết của Ông phản ánh nhiều ý tưởng khác nhau, có một số khía cạnh cho thấy mối liên hệ với Phật giáo.

Sự siêu việt của bản thân: Thơ của Tagore thường xuyên khám phá khái niệm về sự siêu việt của bản thân, vượt qua những giới hạn của bản ngã và đón nhận một ý thức liên kết, rộng lớn hơn. Ý tưởng này cộng hưởng với khái niệm vô ngã của Phật giáo, trong đó nhấn mạnh sự vắng mặt của cái tôi độc lập, thường trực. Những bài thơ của Tagore thường mời gọi người đọc vượt ra khỏi ranh giới hạn hẹp của cá nhân và kết nối với trải nghiệm rộng lớn hơn của con người.

Sự kết nối và thống nhất: Phật giáo dạy về sự kết nối của tất cả chúng sinh và các tác phẩm của Tagore thường phản ánh sự hiểu biết tương tự. Thơ của Ông ca ngợi sự thống nhất giữa con người, thiên nhiên và thần thánh. Tầm nhìn của Tagore nhấn mạnh đến sự hòa hợp giữa các cá nhân và thế giới, thúc đẩy ý thức về sự thống nhất và lòng trắc ẩn đối với mọi sinh vật. Ví dụ, Supriya đã có đủ can đảm để nhận được sự khiêm tốn từ toàn thể xã hội thống nhất, giúp Cô nuôi sống người nghèo, Cô tin rằng sẽ không ai từ chối Cô nếu Cô đi khất thực.

Vô thường và thay đổi: Triết học Phật giáo rất nhấn mạnh đến tính vô thường của vạn vật.

Tương tự, thơ Tagore thường xuyên khám phá bản chất nhất thời của cuộc sống, sự trôi qua của các mùa và dòng cảm xúc không ngừng chuyển động. Ví dụ, trong "Mulyaprapti", quá trình suy nghĩ của Sudas có sự thay đổi hoàn toàn khi anh đến với Đức Phật với bông hoa. Các bài viết của Ông thường gợi lên cảm giác vô thường, nhắc nhở người đọc về tầm quan trọng của việc đón nhận sự thay đổi và sống trọn vẹn trong thời điểm hiện tại.

Truy tìm sự giác ngộ: Mặc dù trọng tâm của Tagore không rõ ràng là đạt được sự giác ngộ, nhưng nhiều tác phẩm của Ông bộc lộ niềm khao khát sâu sắc về sự thức tỉnh tâm linh và tìm kiếm những chân lý cao hơn. Điều này cộng hưởng với khát vọng cốt lõi của Phật giáo, đó là tìm cách đạt được sự giác ngộ và giải thoát khỏi đau khổ. Các tác phẩm của Tagore thường gợi lên cảm giác khao khát tinh thần và tìm kiếm ý nghĩa sâu sắc hơn trong cuộc sống. Ở Abhisar, Basabdutta đã giác ngộ khi cô được nhà Sư cứu khi không có linh hồn nào khác chăm sóc cô và bỏ mặc cô cho đến chết. Ở Mulyaprapti, Sudas cũng được giác ngộ khi nhìn thấy Đức Phật.

Kết luận

Điều quan trọng cần lưu ý là sự gắn kết của Tagore với tâm linh không bị giới hạn trong bất kỳ truyền thống cụ thể nào, kể cả Phật giáo. Tác phẩm của Tagore thể hiện cách tiếp cận rộng rãi, toàn diện, lấy cảm hứng từ nhiều nguồn khác nhau, giúp người đọc tìm thấy sự cộng hưởng với những con đường triết học và tâm linh khác nhau.

Những đóng góp văn học của Tagore tiếp tục truyền cảm hứng cho các cá nhân thuộc mọi nền văn hóa và tôn giáo, nhấn mạnh các chủ đề về sự kết nối, tình yêu và việc theo đuổi chân lý, những chủ đề có thể được đánh giá cao bởi những người quan tâm đến Phật giáo và các truyền thống tâm linh khác.

Lời cảm ơn

Tôi vô cùng biết ơn Tiến sĩ Mahua Mukherjee và mẹ tôi,

Madhumita Dattagupta, vì sự hỗ trợ và hướng dẫn không ngừng nghỉ của họ trong suốt hành trình học tập của tôi. Chuyên môn và sự khuyến khích của họ đã nâng cao sự hiểu biết của tôi về vấn đề này. Sự hướng dẫn của Tiến sĩ Mukherjee và sự hướng dẫn của mẹ tôi là vô giá. Họ đã có những đóng góp to lớn trong việc giúp tôi hiểu và phân tích đề tài một cách chân thực nhất. Cha tôi, Asim Dattagupta, đã truyền cảm hứng cho tôi trong suốt quá trình nghiên cứu này. Tôi muốn gửi lời cảm ơn tới Mahathero Buddhapriya vì cơ hội này.

TÀI LIỆU THAM KHẢO

- Tagore, R. Kotha. *Rabindrarachanabali* (Birth Centenary edition). Kolkata: Sri Saraswati Press Ltd., 1961, 626, 638, 640, 623.

19

VUA A-DỤC VÀ PHẬT GIÁO

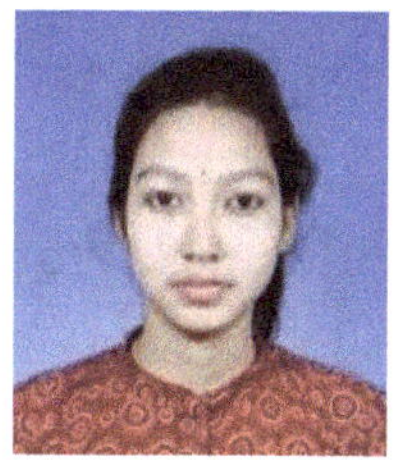

Phật tử Shruti Barua
Sodpur, Kolkata

Vua A-dục (Aśoka) là một trong 101 người con trai của vua Bindusara, ông có mười sáu người vợ. Tên của nhà vua nghĩa là "Không đau buồn." Anh cả của ông, Hoàng tử Susima, âm mưu giết vợ và con của Aśoka, nhưng mẹ ông đã can thiệp và bị giết thay. Vì sự kiện này, Hoàng tử Aśoka bị thúc đẩy bởi lòng hận thù và sự báo thù - ông đã giết tất cả anh em của mình, ngoại trừ một người em cùng mẹ. Ông bắt đầu chinh phục các vùng lãnh thổ lân cận bằng những cuộc chiến khốc liệt.

Sau chiến tranh Kalinga, sự tàn bạo của cuộc chinh phục

và hậu quả sau đó đã khiến Aśoka tiếp nhận Phật giáo. Ông đã sử dụng vị trí của mình để truyền bá tôn giáo tương đối mới lên những tầm cao mới, đến tận La Mã và Ai Cập cổ đại. Ông đã biến Phật giáo thành quốc giáo vào khoảng năm 260 trước Công nguyên, đồng thời truyền bá và thuyết giảng Phật giáo trong phạm vi lãnh thổ của mình và trên toàn thế giới từ khoảng năm 250 trước Công nguyên. Aśoka chắc chắn phải được ghi nhận là người có nỗ lực nghiêm túc đầu tiên nhằm phát triển chính sách Phật giáo.

1. Dhamma Vijaya

Sau chiến tranh Kalinga và việc chuyển sang Phật giáo, Aśoka đã ngừng digvijaya hay "chinh phục bằng chiến tranh" và bắt tay vào dhammavijaya, nghĩa là "chinh phục bằng Pháp". Triều đại của Ông trở nên nhân đạo hơn khi Ông cai trị theo Giáo pháp. Ông là vị vua đầu tiên xây dựng những sắc lệnh lớn có khắc chữ Phật giáo trên khắp Ấn Độ và Trung Á. Ông thành lập bộ phận cán bộ tôn giáo để lo việc giáo dục đạo đức cho người dân. Ông tiếp tục dhammayatra (*cuộc hành hương*) đến các thánh địa. Ngài hào phóng cung cấp những vật dụng cần thiết cho Tăng đoàn và cúng dường rộng rãi. Con trai và con gái của Vua A-dục gia nhập Tăng đoàn, truyền bá Giáo pháp thành công nhất ở Ceylon (*Sri Lanka*). Vua tuyên bố với láng giềng rằng vua không có ý định bành trướng đối với các quốc gia giáp với đế chế của mình.

Sau Kỳ Kiết Tập Kinh Điển lần thứ ba, công việc truyền giáo đến chín quốc gia lân cận đã được thực hiện dưới sự bảo trợ của vua. Chín quốc gia đó là: Kashmir và Gandhara (N. Punjab), Mahisamandala (phía Nam dãy núi Vindhyan), Vanavasi (N. Kanara), Aparantaka (N. Gujarat, Kathiawar, Kacch và Sind), Maharattha (đất nước của người Marathi, Bombay hiện đại), các quốc gia Yona (các tộc người nước ngoài ở biên giới

Tây Bắc, Vương quốc Hy Lạp-Bactrian), Himavanta (vùng Himalaya), Suvannabhumi (Lower Myanmar, Thái Lan, Java và thậm chí cả Malaya) và Tambapanni (Sri Lanka).

Nhiệm vụ quan trọng và thành công nhất là đến Sri Lanka. Nó được lãnh đạo bởi con trai của Vua Aśoka, là Thánh đức Mahinda, người đã cải đạo cho vua Sri Lanka, và cuối cùng tất cả thần dân của vua Ceylon đều quy y theo đạo Phật. Tam Tạng Kinh điển cũng được mang tới Ceylon, dịch ra tiếng Sinhalese, cuối cùng được biên soạn thành văn bản ở Sri Lanka khoảng 300 năm sau.

2. Quy tắc cứng rắn và nhân đạo

Sự cai trị của Aśoka trở nên nhân đạo hơn và đi theo Giáo pháp. Vua nói với mọi người rằng Vua coi họ như con ruột của mình và không có gì phải sợ hãi. Vua hứa sẽ sẵn sàng tiếp cận dân và giải quyết các vấn đề của dân. Vua theo đuổi chính sách bất bạo động *(ahimsa)* chính thức. Việc hiến tế động vật bị cấm. Sự tàn ác đối với động vật nuôi và động vật hoang dã đều bị cấm. Việc săn bắn một số loài động vật hoang dã đã bị cấm. Chỉ được phép săn bắn hạn chế vì lý do tiêu dùng. Vua Aśoka đề cao quan niệm ăn chay.

Khu bảo tồn rừng và động vật hoang dã được thành lập; việc đốt rừng đã bị cấm. Các bệnh viện dành cho người và động vật được xây dựng. Cây thuốc chữa bệnh được trồng. Vua đã đào giếng, trồng cây và xây nhà nghỉ. Ngài chăm sóc người già, nhà khổ hạnh, người góa bụa và tù nhân. Những khung dệt thủ công được cung cấp cho các góa phụ như một hình thức làm việc.

Vua khuyến khích các tù nhân ăn điều độ và làm những việc công ích. Vua kêu gọi tội phạm nhìn ra những sai lầm trong tội ác của chúng và sám hối chừa bỏ. Người dân bị phạt vì xả rác hoặc không giúp dập lửa.

3. Thành lập Ủy bàn Tôn Giáo

Aśoka đã thành lập ủy ban vào năm thứ mười ba sau khi vua cai trị.

Đây là các quan chức cấp cao để tập trung vào những điều sau:

_ Giáo dục đạo đức cho nhân dân

Thực hành lễ nghi

Cải thiện quản lý nhà tù (như được ghi trong Đạo dụ số V)

Nhân bản hóa luật hình sự tàn nhẫn (Sắc lệnh Đạo dụ IV)

Thực thi các quy định khác nhau về lòng đạo đức (Sắc lệnh Đạo dụ số V và VI)

Những đạo dụ này được thực hiện trên khắp đế chế của hoàng đế. Để đảm bảo rằng chúng đã hoàn tất, Aśoka thường xuyên đi thị sát. Việc bảo vệ và thúc đẩy tất cả các tôn giáo cũng như thúc đẩy sự hòa hợp giữa các tôn giáo được xem là một trong những nhiệm vụ của nhà nước.

Ủy ban Tôn giáo của Dharmamatras được thành lập để quản lý công việc của các tổ chức tôn giáo khác nhau và khuyến khích việc thực hành tôn giáo. Ashoka đã hào phóng cúng dường cho tất cả nhà Sư. Vào năm thứ mười hai dưới triều đại của mình, đại đế A-dục đã xây chùa và các đền thờ cho cộng đồng dân tộc Ajivika.

4. Hành hương

Trong quá khứ, các vị vua thường đi du hành *(yatra)* để giải trí, chẳng hạn như đi săn và những thú vui tương tự khác. Nhưng vua Aśoka đã đi hành hương *(dhammayatra)* đến các thánh địa. Vua cúng dường cho những nhà tu hành và hỗ trợ tiền bạc cho những người lớn tuổi, hướng dẫn và thảo luận về Giáo pháp với người dân.

Vua đến thăm Bồ Đề Đạo Tràng vào năm thứ 10 cai trị. Trụ đá và đạo dụ đã được thiết lập ở những nơi linh thiêng của Phật giáo để đánh dấu chuyến viếng thăm của Đại đế A-dục. Chiếu chỉ Lâm-tỳ-ni (Lumbini) được dựng lên khi Ngài viếng thăm nơi Đức Phật đản sinh vào năm thứ hai mươi triều đại của Ngài. Để kỷ niệm chuyến thăm của mình, Vua đã miễn cho người dân địa phương nộp thuế cho chính phủ của mình.

5. Cuộc chinh phục Phật Pháp ở vùng đất lân cận

Các vương quốc xung quanh vua, vốn dễ bị chinh phục một cách dễ dàng, thay vào đó lại trở thành những đồng minh được kính trọng. Không có chiến tranh hay chính sách xâm lược nào, vua duy trì một đế chế rộng lớn và có quan hệ thân thiện với các cường quốc nước ngoài.

Thay vì tổ chức quân viễn chinh chống nước khác, vua lại bận rộn tổ chức các sứ mệnh hòa bình theo trách nhiệm của mình nhằm mục đích nhân đạo (xây bệnh viện, cung cấp dược liệu, xây giếng nước, cử kỹ sư đến hỗ trợ khi cần thiết) ở các nước đó. Im lặng là tiếng trống chiến *(bheri-ghosa)*, được thay thế bằng **dhammaghosa**. Đại đế Aśoka nổi bật là người tiên phong cho hòa bình và tình huynh đệ phổ quát trong lịch sử.

Theo nhiều sử gia châu Âu và châu Á, thời đại của Aśoka là thời đại của ánh sáng và niềm vui. Vua có lẽ là vị hoàng đế đầu tiên trong lịch sử loài người đã dạy bài học về đoàn kết, hòa bình, bình đẳng và tình yêu trong và ngoài đế chế của mình.

Theo cách nói của Aśoka, Dharma vijaya, một cuộc chinh phục đạo đức, là cuộc chinh phục chính yếu. Sự chinh phục thực sự duy nhất nằm ở việc chinh phục bản thân bằng Pháp Phật. Một vị vua trước tiên phải khuất phục chính mình và sau đó tìm cách khuất phục kẻ thù của mình. Làm sao một vị vua chưa chinh phục được chính mình lại có thể chinh phục được kẻ thù của mình.

6. Xây dựng di tích tôn giáo

Ashoka đã sử dụng phần lớn tài sản của mình cho việc giáo dục tôn giáo và xây dựng các tu viện và chùa tháp. Đại đế đã xây dựng bảo tháp vĩ đại Sanchi và dựng lên hàng nghìn tượng đài Phật giáo để lưu giữ xá lợi của Đức Phật. Vua đã xây dựng các tịnh xá cho chư Tăng và ngôi chùa nổi tiếng ở Pataliputra được đặt theo tên Ông. Ashoka cũng giúp phát triển các trường Đại học (trung tâm trí tuệ) như Nalanda và Taxila và nhiều ngôi tu viện, bao gồm Sanchi và Mahabodhi.

7. Sắc lệnh và di tích Phật giáo

Những lời tuyên bố của Ashoka được viết trên những tảng đá ở ngoại vi vương quốc của vua, trong khi những cây cột được dựng lên dọc theo những con đường chính và nơi những người hành hương tụ tập. Các sắc lệnh của đại đế A-dục được viết bằng chính lời của vua và những sắc lệnh này đã được tìm thấy ở hơn ba mươi địa điểm trên khắp Ấn Độ, Nepal, Pakistan và Afghanistan. Hầu hết chúng được viết bằng ngôn ngữ bản địa của nơi này.

Aśoka đã tham gia vào việc truyền bá Phật giáo thông qua các sắc lệnh bằng đá, đá và cột trụ được dựng lên trong đế chế của Ông và hơn thế nữa. Dòng chữ Bhabru kêu gọi người dân của mình tôn trọng và có niềm tin vào Phật, Pháp và Tăng.

Đạo đức cá nhân mà Aśoka hy vọng nuôi dưỡng bao gồm sự tôn trọng đối với cha mẹ, người lớn tuổi, giáo viên, bạn bè, người hầu, người tu khổ hạnh và Bà la môn. Sắc lệnh Girnar Rock Ba nhiệm vụ nhấn mạnh đến lòng hiếu thảo.

Ngài cũng khuyến khích sự rộng lượng *(dana)*, vô hại với cuộc sống *(avihimsa bhutanam)*, tiết chế chi tiêu và tiết kiệm, và đối xử đúng mực với người khác. Những phẩm chất của trái tim được Aśoka đề cao trong các sắc lệnh cho thấy tâm hồn sâu sắc của Ông. Chúng bao gồm lòng tốt, sự tự kiểm tra, sự trung thực, lòng biết ơn và sự trong sạch của trái tim, sự nhiệt tình, trung thành, tự chủ và tình yêu đối với Giáo pháp.

Bảy bản văn Phật giáo sau đây được khuyến khích cho cả Tăng đoàn và cư sĩ. Những văn bản này được Aśoka ưa chuộng dường như đề cập đến cuộc sống của các nhà Sư và các tiêu chuẩn đạo đức mà Aśoka đã cống hiến. Aśoka không quan tâm đến triết lý Phật giáo mà quan tâm đến việc áp dụng đạo đức và thực tiễn.

Các văn bản là Vinayasamukkase, Ariyavasani, Anagata Bhayani, Muni Gatha, Mauneya Sutta, Upatissa Pasine và Rahulovada (Sắc lệnh Bairat Rock).

Vinayasamukkaseis, một văn bản đề cao Luật tạng.

Ariyavasani đề cập đến sự hài lòng của một tu sĩ với những vật dụng cần thiết, tìm thấy niềm vui trong sự phát triển và từ bỏ.

Anagatabhayas là năm nỗi sợ hãi về tương lai của các nhà Sư trong rừng. Họ có thể bị giết bởi con người, động vật, tai nạn hoặc thức ăn không tốt. Nghĩ đến mối nguy hiểm này, họ trở nên nghị lực hơn trong việc hành thiền.

Munigatha được ca ngợi là vị ẩn sĩ đi một mình để tìm sự bình yên, đoạn tận những kiếp sống xa hơn, mạnh mẽ về hiểu biết, giới hạnh và sự tập trung.

Kinh Mauneya ca ngợi sự bình tĩnh và sự thoát ly của cuộc sống ẩn dật.

Kinh Rahulovada mô tả Đức Phật khiển trách Rahula về việc cố ý nói dối.

Kinh Upatissapasine kể lại việc Sariputta hỏi Đức Phật nhiều câu hỏi.

Phần kết luận

Aśoka cai trị khoảng bốn mươi năm. Sau khi vua thăng hà, triều đại Mauryan chỉ tồn tại thêm 50 năm nữa. Các con của vua, đức Thánh Mahinda và Ni trưởng Sanghamitta đã đóng một vai trò quan trọng trong việc truyền bá Phật giáo bằng cách gia nhập Tăng đoàn và du hành đến Sri Lanka để thành lập Phật giáo. Aśoka đã bổ nhiệm một trong những người con trai của Ông, Kunala, làm người kế vị. Aśoka qua đời vào năm 232 TCN. Triều đại Mauryan kết thúc dưới sự cai trị của Brhadrata vào năm 185 trước Công nguyên. Nếu không có nỗ lực truyền bá đạo Phật sang các nước láng giềng của vua Aśoka thì giáo lý của Đức Phật sẽ không còn nguyên vẹn.

Sadhu, sadhu, sadhu vì món quà Pháp của Đại đế A-dục!

TÀI LIỆU THAM KHẢO

- Ambedkar, B.R. 1996. *Bauddha Dharma O Darshan*. Mahabodhi Book Agency, Kolkata.
- Barua, Dipak Kumar. 2015.*Buddhist Philosophy*. Createspace Publishing, California, USA.
- Barua, Sukomal. *Bharate Bauddha Dharmer Itihas*. Bangladesh: Dhaka University, 1996.
- *Brainwave: A Multidisciplinary Journa*l ,Vol 1, vol 2, vol 3, vol 4, vol 5.
- Brammachary, Pandit Silananda. *Mahasanti*

Mahaprem. Kolkata, India: Maha Bodhi Book Agency, 1996.

- Das, Asha. 2013. *Bauddha Darshan O Rabindranath*. India: Mahabodhi Book Agency, Kolkata-73.
- Das, Asha, 2014. *Indian Philosophy & Buddhism*. Mahabodhi Book Agency, Kolkata.
- Mahasthavir, Pandit Dharmadar. 1994. *Dhammapada*, Dharmadhar Bouddha Grantha Prakasani, Calcutta.
- Priya, Buddha Mahathero. 2016. *The Light of Peace*, 2nd ed. SUSWM, Kolkata.
- Sankrityayan, Mahapandita Rahul. 1989, *Buddhist Philosophy*. Moscow: Lenin University.
- Sen, Ranabrata, ed. 1968. *Dhammapada*, Haraf Prakasani, Kolkata.
- Tagore, Rabindranathi. 1984. *Maitri Bhavana O Bauddha Darshan*. Shantiniketan, India: Visva Bharati.
- Vivekananda, Swami. 1996. *Buddha O Bauddha Dharma, 8th ed.* West Bengal, India: Belur Math.

20

ĐÓNG GÓP LỚN CỦA TIẾN SĨ BABASAHEB AMBEDKAR CHO PHẬT GIÁO

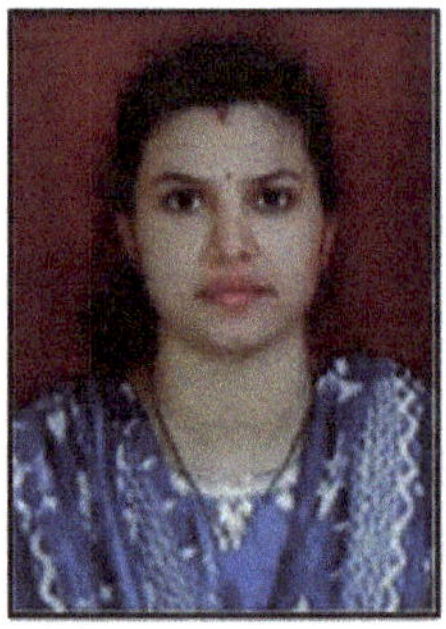

Rutuja Siddharth Jondhale

Bệnh viện và Trung tâm Nghiên cứu Siddharth, New Mondha

Tóm tắt

Ahujanahitāsutt và Bahujanahitasuttavaṇṇanā có bản chất vốn có, vô hạn và năng động. Mối quan hệ vĩnh cửu của tâm trí con người nằm ở cấp độ vũ trụ, cấp độ ý thức và cấp độ vật lý. Sự toàn tri của Đức Phật, đó là pariyātidhammā, paṭipadādhammā, và paṭivedhammā, là những đóng góp to lớn của Phật giáo tiêu biểu cho cuộc cách mạng xã hội. Nhận thức luận Phật giáo nghiên cứu tính toàn tri của Đức Phật được thể hiện bằng kiến thức vô hạn của Ngài.

B. R. Ambedkar

Bhimrao Ramji Ambedkar 1891–1956) là một luật gia, nhà kinh tế, nhà cải cách xã hội và nhà lãnh đạo chính trị người Ấn Độ, người đứng đầu ủy ban soạn thảo Hiến pháp Ấn Độ từ các cuộc tranh luận của Quốc hội Lập hiến, nơi Ông giữ chức Bộ trưởng Luật và Tư pháp.

Đóng góp của Phật giáo

Một thời Thế Tôn ngự tại Shravasti trong xứ Arama của Cấp Cô Độc, nơi Sariputta cũng đang trú ngụ. Đức Phật dạy các vị đệ tử:

Những người bố thí, hãy tham gia không phải của cải thế gian mà là giáo lý của ta; vì lòng trắc ẩn của ta dành cho tất cả các ngươi, ta nóng lòng muốn đảm bảo điều này. Đức Thế Tôn đã dạy như vậy, sau đó Ngài đứng dậy và đi vào tịnh thất của mình. Tôn giả Xá Lợi Phất (Sariputta) ở lại phía sau và các huynh đệ yêu cầu Ngài giải thích về Niết Bàn. Khi ấy, Sariputta trả lời các Tỳ-kheo rằng:

'Này các Tỳ-kheo, hãy biết rằng tham lam là xấu xa, và xấu xa là sân hận. Để rũ bỏ lòng tham và sự oán giận này, có con đường Trung Đạo cho chúng ta đôi mắt để thấy và khiến chúng ta biết, dẫn chúng ta đến an lạc, tuệ giác, giác ngộ và Niết-bàn. Con đường Trung đạo này là gì? Nó không gì khác hơn là Bát Thánh Đạo với chánh kiến, chánh tư duy, chánh ngữ, chánh nghiệp, chánh mạng, chánh tinh tấn, chánh niệm và chánh định; đây, người khất thực là con đường Trung Đạo.'

Vâng, thưa Hiền giả; giận dữ là hèn hạ, ác tâm là hèn hạ, đố kỵ và ghen tị là hèn hạ, keo kiệt và hám lợi là hèn hạ, đạo đức giả, lừa dối và kiêu ngạo là hèn hạ, lạm phát là hèn hạ, và lười biếng là hèn hạ. "Để loại bỏ lạm phát và lười biếng, có con đường Trung Đạo - cho chúng ta đôi mắt để nhìn, khiến chúng ta hiểu biết và dẫn chúng ta đến an bình, sáng suốt, giác ngộ. Niết Bàn không gì khác hơn là Bát Thánh Đạo. Tôn giả Sariputta đã nói như vậy, trong lòng hoan hỷ, các vị khất thực hoan hỷ với những gì Ngài đã nói.[69]

Những đóng góp của Babasaheb Ambedkar về Phật giáo được tìm thấy trong văn bản và bài phát biểu

Năm giới surāmerayamajjapamādaṭṭhānā veramaṇī, pañcasīla), không sát sinh *(pāṇātipātā veramaṇī)*, không tà dâm *(kāmesumicchācāra veramaṇī)*, không uống rượu và các chất gây say, không nói dối *(musāvādā veramaṇī)*, và không trộm cắp *(adinnādānā veramaṇī)*. Cách Bahujanahitasuttavaṇṇanā dẫn đến sự thanh lọc vĩnh viễn lối sống siêu hình và toàn diện, đại diện cho từ bi *(karuṇā)* vô hạn.

Phần kết luận

Bahujanahitāsutt và bahujanahitasuttavaṇṇanā vốn có bản chất năng động và vô cùng năng động. Mối quan hệ vĩnh cửu của tâm trí con người nằm ở cấp độ vũ trụ, cấp độ ý thức và cấp độ vật lý. Sự toàn tri của Đức Phật, đó là Pháp học, Pháp hành và Pháp thành *(pariyātidhammā, paṭipadādhammā, và paṭivedhadhammā)*, là những đóng góp to lớn của Phật giáo.

69. Bát Thánh Đạo của Walapola Sri Rahula, W.A. Howes Ltd., Sri Lanka, 2007

Lòng biết ơn

Xin gửi lời tri ân sâu sắc tới Hòa thượng Tiến sĩ Buddha Priya Mahathero.

TÀI LIỆU THAM KHẢO

- Rahula, Walpola Sr. 2007. *The Noble Eightfold Path.* Sri Lanka: W.A.Howes, Ltd.
- Tripitaka
- Wikipedia
- Writing and Speeches: 1) Sermons on Nibbana, 2) What Is Nibbana

21

NHẤT THIẾT TRÍ CỦA ĐỨC PHẬT VÀ LÒNG HIẾU THẢO

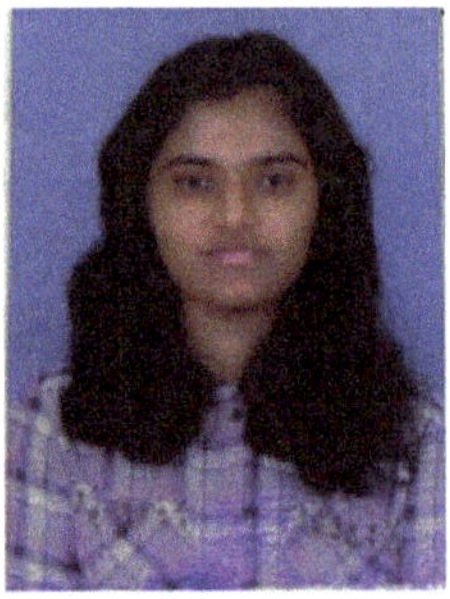

Deshana Siddharth Jondhale

Bệnh viện và Trung tâm Nghiên cứu Siddharth New Mondha, Maharashtra, Ấn Độ

Tóm tắt

Vua Piyadasi gửi lời chào đến các giáo sĩ Magadhan và chúc họ thịnh vượng và sức khỏe tốt: "Các Ngài biết đấy, thưa các Ngài, lòng tôn kính và lòng sùng mộ của tôi đối với Phật, Pháp và Tăng lớn lao biết bao." Bộ ba Phật giáo nổi tiếng, hay triraT.N.a, "luật", dhammasi, ở đây có nghĩa là toàn bộ giáo lý Phật giáo, không chỉ những nguyên tắc về lòng đạo đức thực tế được trình bày trong các sắc lệnh gửi đến công chúng.

Sự toàn tri của Đức Phật được thể hiện trong mối quan hệ có điều kiện với quy luật hiếu đạo *(paṭṭhāna)* và duyên khởi *(paṭiccasamuppāda)*. Mối quan hệ có điều kiện và vũ trụ học vô hạn của Phật giáo là mối tương quan cho quy luật hiếu đạo. Bản chất vô hạn của Vi Diệu Pháp là biểu tượng của hòa bình. Con đường Vi Diệu Pháp và sự thanh lọc vĩnh viễn của con đường siêu hình và toàn diện cho cuộc sống tượng trưng cho lòng từ bi *(karuṇā và mettā)* vô hạn.

Lòng tín thành của Phật giáo và cách sử dụng ẩn dụ của Chakhu

Lời giải thích xác thực duy nhất về những lý do khiến Vua A-dục (*Aśoka*) chấp nhận Phật pháp hay Luật Sùng đạo làm quy tắc cho cuộc sống của mình và nền tảng của đạo đức công cộng, là sắc lệnh được trích dẫn ở trên là phương tiện tốt nhất để đảm bảo hạnh phúc và phúc lợi cho mọi người, thần dân và láng giềng của Ông.

Sự tương quan và giải thích về sự toàn tri của Đức Phật

Luật pháp, dhammasi, ở đây có nghĩa là toàn bộ giáo lý Phật giáo, chứ không chỉ những nguyên tắc về lòng đạo đức thực tế được trình bày trong các sắc lệnh gửi đến đại chúng.

Với mối tương quan giữa các mối quan hệ có điều kiện với cách sử dụng ẩn dụ của chakkhu, một sotāpanna (*vị nhập lưu*) phản ánh bản chất của con người có thể phát triển những phẩm chất tâm linh vĩ đại trong tâm trí. Đây là những đại diện của hòa bình vô tận.

Tâm thức siêu hình tâm linh vô tận: Giây phút chứng đắc đầu tiên được gọi là con đường nhập lưu. Người trải nghiệm được điều này được gọi là bậc Thánh Nhập Lưu (*sotāpanna*). Phép ẩn dụ này đại diện cho một nền hòa bình sâu sắc hơn có mối tương quan với chakku ẩn dụ.

Ý thức siêu hình tâm linh vô hạn có thể được trải nghiệm với sự thích ứng của Pháp học, Pháp hành và Pháp thành (*pariyātidhammā, paṭipadādhammā và paṭivedhammā*) trong cuộc sống hàng ngày. Vi Diệu Pháp có bản chất năng động - đây là sự toàn tri của Đức Phật.

Mối Tương Quan Giữa Sự Toàn Tri Của Đức Phật Và Thiền Định

"Vì tất cả họ đều mong muốn làm chủ được các giác quan và sự thanh tịnh của tâm trí. Vì những hành vi đạo đức và việc thực hành lòng đạo đức tùy thuộc vào sự phát triển ở con người lòng nhân ái, sự rộng lượng, sự thật, sự trong sạch, hiền lành và tốt lành. Vì vậy, Đức Vua Piyadasi đã nói như vậy." Sự phát triển lòng đạo đức này của con người đã bị ảnh hưởng bởi hai phương tiện, đó là bởi những quy định ngoan đạo và bởi thiền định. Trong hai phương tiện này, những quy định ngoan đạo không đáng kể, trong khi thiền định có giá trị lớn hơn.

Phần kết luận

Luật Sùng Đạo phản ánh bản chất vô hạn của Vi Diệu Pháp, tượng trưng cho hòa bình và sự thanh lọc của lối sống siêu hình và toàn diện.

Lòng biết ơn

Người Pháp huynh vĩ đại thân mến của tôi, Tiến sĩ đáng kính Buddha Priya Mahathero: Lòng biết ơn sâu sắc nhất của tôi đối với Ngài vì những lời gia trì, tình yêu và lòng bi mẫn của Ngài dành cho tôi và cho công việc nghiên cứu Abhidhamma của tôi.

TÀI LIỆU THAM KHẢO

- Ambedkar, B.R., *The Buddha and His Dhamma*, 2019, Samyak Prakashan, New Delhi.
- Edict VII Imperfect Fulfilment of The Law, His Majesty King Priyadarsin desires that in all places men of all sects may abide.
- Smith, Vincent A. *Rulers Of India Aśoka the Buddhist* Emperor of India.
- The Indian Civil Service, Edict V Censors of The Law of Piety, Edict II the Royal Example
- The Bhabra Edict (Probably the eighteenth year of the reign), the Bhabra Edict Address to the Clergy of Magadha, King Piyadasi Sends Greeting to The Magadhan Clergy
- The Indian Civil Service, Edict V Censors of The Law of Piety Edict II the Royal Example,
- Tripitaka
- Wikipedia

22

THEO DẤU CHÂN PHẬT TỪ ẤN ĐỘ RA THẾ GIỚI

Phật tử Priyanka Barua
Howrah, Tây Bengal

Kinh thánh của Đấng Cứu Thế Thế Giới,
Đức Phật-Hoàng tử Siddartha theo phong cách trần thế-
Trong trần thế, thiên đường và địa ngục vô song,
Tất cả đều được vinh danh, Khôn ngoan nhất,
Tốt nhất, Đáng thương nhất;
Bậc Thầy của Niết-bàn và Pháp.
(Edwin Arnold, Ánh Sáng Á Châu)

Từ xa xưa, tôn giáo đã gắn kết các nền văn minh lại với nhau. Từ nền văn minh Harappan đến kỷ nguyên hiện đại, tiểu lục địa Ấn Độ đã chứng kiến sự chuyển đổi từ tôn thờ Mẹ Thiên nhiên sang sự trỗi dậy của Ấn Độ giáo, từ sự trỗi dậy của đạo Jain và Phật giáo đến sự ra đời của Kitô giáo, Hồi giáo và sự ra đời của đạo Sikh. Tiểu lục địa Ấn Độ là nơi sinh sống của nhiều nền văn hóa và văn minh khác nhau, sinh ra các phong trào tôn giáo khác nhau.

Một tôn giáo như vậy đã ra đời ở trung tâm Ấn Độ và sau đó lan rộng khắp thế giới là Phật giáo, câu chuyện phi thường về Chúa tể Khai sáng hay "ánh sáng của Châu Á" như Ngài Edwin Arnold đã gọi Ngài.

Sinh ra là Siddhartha Gautama ở Lâm Tỳ Ni trong một gia đình hoàng gia dòng họ Shakya, lẽ ra Ngài có thể sống một cuộc sống xa hoa và chết trong thanh thản, nhưng Ngài đã chọn chinh phục sự sáng suốt của mình, Ngài chọn đối mặt với lương tâm của mình, Ngài chọn bước ra khỏi sự xa hoa để bước vào thực tế về sự đau đớn, thống khổ và cái chết gắn liền với tuổi già. Thời Đức Phật chứng kiến sự nổi lên của cuộc tranh giành quyền lực kinh tế và chính trị giữa những người Janapadas cùng với tính chính thống nghiêm ngặt của các nghi lễ Bà la môn. Đức Phật đã tìm kiếm sự giải thoát khỏi vòng luẩn quẩn vô tận của ham muốn, tham lam, đau buồn và cái chết. Tứ Diệu Đế của Ngài giải thích sự thật về khổ, nguyên nhân của khổ, sự chấm dứt khổ và con đường dẫn đến sự chấm dứt khổ. Con đường này là Bát Chánh Đạo, nhấn mạnh đến chánh ngữ, chánh nghiệp, chánh tư duy, chánh mạng, chánh định, chánh tinh tấn, chánh niệm và chánh kiến. Đức Phật, thông qua Madhyama Marg, đã yêu cầu các đệ tử của mình tránh hai thái cực đắm chìm trong lạc thú trần tục và thực hành kiêng cữ khổ hạnh một cách nghiêm ngặt.

Đức Phật không phải là một vị thần toàn năng hay toàn

tại, mà là một nhà thuyết giáo đã chỉ cho chúng ta con đường dẫn đến Niết Bàn hay sự giải thoát. Bài giảng đầu tiên của Ngài, "Dharmachakra Pravartana" hay "Chuyển Pháp Luân" tại Vườn Nai, Sarnath, Varanasi. Đức Phật đã du hành khắp khổ hạnh lâm Uruvela đến thành Vương Xá (*Rajgriha*), gặp Vua Bimbisara rồi vua cùng với các thần dân của mình đã học Phật pháp do Đức Phật giảng. Đức Phật đã viếng thăm Kapilavastu, Sravasti và một số Janapadas để thuyết giảng học thuyết về hòa bình, từ bi và tình huynh đệ.

Tuy nhiên, phải 200 năm sau khi nhập diệt, Đức Phật mới được giới thiệu ra thế giới bên ngoài. Chính vua A-dục *(Ashoka)* của triều đại Mauryan, người thông qua các nhà truyền giáo của mình đã truyền bá Phật giáo đến Viễn Đông và Viễn Tây. Chính những lời dạy của Đức Phật đã buộc vị vua quyền lực và tàn nhẫn Ashoka phải theo đạo Phật sau một trong những trận chiến đẫm máu nhất trong lịch sử, cuộc chiến Kalinga. Ashoka từ bỏ bạo lực và giữ tinh thần bất bạo động (*Ahimsa*) sau cuộc chiến này. Chính sách Pháp của vua kết hợp với lời dạy của Đức Phật. Đó là một quy tắc ứng xử đạo đức với các nguyên tắc đạo đức và lý tưởng nhân đạo thúc đẩy tình huynh đệ phổ quát và sự chung sống hòa bình.

Đại đế A-dục *(Ashoka)* đã xây dựng khoảng 84.000 bảo tháp để lưu giữ xá lợi của Đức Phật. Ngài đã xây dựng khu phức hợp đạo tràng đầu tiên Mahabodhi Mahavihara của Bồ Đề Đạo Tràng, Bilar, Ấn Độ. Ngài cũng xây dựng Bảo tháp Dhameka nổi tiếng ở Sarnath và Bảo tháp Sanchi kỳ diệu. Tuy nhiên, bước quan trọng nhất mà Đại đế A-dục đã thực hiện là gửi những nhà truyền giáo của mình đến phía Đông và phía Tây. Vua đã cử các nhà truyền giáo đến các quốc gia như Tích Lan, Hy Lạp, Thái Lan và Ai Cập, cùng kể tên một số quốc gia. Ashoka đã gửi con trai là Tỳ-kheo Mahendra và con gái là Tỳ-kheo-ni Sanghamitra đến Ceylon để truyền bá Phật giáo, thậm chí còn trồng một phần cây bồ đề linh thiêng ở đó. Việc vua phái các nhà Phật giáo đi truyền bá khắp nơi, đánh dấu một trong những nỗ lực lịch sử trong việc quảng bá Phật giáo ra thế giới.

Một nhà cai trị khác bảo trợ Phật giáo là vua Kushan, Kanishka. Vào thời đại của vua, Phật giáo Đại thừa thịnh hành và việc thờ thần tượng cũng vậy. Sự chinh phục và bảo trợ của Đại đế Kanishka đối với Phật giáo là rất quan trọng trong sự phát triển của Con đường tơ lụa và việc truyền bá Phật giáo từ Gandhara sang Trung Quốc. Triều đại của Ngài chứng kiến sự trỗi dậy của các trường phái nghệ thuật Gandhara và Mathura, chịu ảnh hưởng nặng nề từ truyền thống Phật giáo. Với ảnh hưởng của người Kushans, Phật giáo không chỉ lan rộng về phía Đông tới Trung Quốc mà còn về phía Tây tới Afghanistan. Một ví dụ điển hình vẫn còn đứng vững là tượng Phật Bamiyan được xây dựng vào thế kỷ thứ năm. Đây là hai bức tượng Phật khổng lồ, từng là tượng Phật đứng cao nhất thế giới. Tuy nhiên, giờ đây chúng đứng trong đống đổ nát như một nạn nhân bị tàn phá bởi Taliban.

Phật giáo được truyền bá khắp thế giới không chỉ bởi các nhà cai trị vĩ đại, mà còn bởi nhiều nhà hành hương đến thăm Ấn Độ để tìm kiếm kiến thức thực sự về sự thức tỉnh và giác ngộ. Với sự xuất hiện của những nhà hành hương Trung Quốc như Pháp Hiển, Huyền Trang và Nghĩa Tịnh, việc nghiên cứu Phật giáo đã đạt đến những tầm cao mới. Phật giáo trở nên nổi tiếng ở Trung Quốc nhờ những kinh điển và bản thảo có giá trị được họ mang về nước. Đến thế kỷ thứ bảy, Phật giáo dần dần lan truyền đến Java và Sumatra bởi triều đại Shailendra. Chính trong thời kỳ này mà Bảo tháp Borobudur (Indonesia) kỳ diệu đã được xây dựng.

Phật giáo đã phát triển qua nhiều thời đại. Kỳ kiết tập Kinh điển đầu tiên được tổ chức ngay sau khi Đức Phật nhập Niết bàn đến Kiết Tập Phật giáo lần thứ tư được tổ chức vào thế kỷ thứ nhất Công nguyên, Phật giáo đã thay đổi đường hướng và chia thành các trường phái khác nhau ở các vùng khác nhau của Ấn Độ, từ trường phái Nguyên thủy phía Nam ở Sri Lanka đến truyền thống Thượng tọa bộ *(Sarvastivada)* ở Kashmir. Nguyên Thủy nhấn mạnh việc đạt được giải thoát thông qua nỗ lực của chính mình. Nó xuất hiện từ Sri Lanka đến các nước như Campuchia, Thái Lan, Lào và Miến Điện. Một trường phái thực hành Phật giáo khác được khởi xướng ở Ấn Độ và chủ yếu phát triển ở Tây Tạng trong thế kỷ thứ bảy và thứ tám là Kim Cương thừa hay *"Cỗ Xe Sấm sét"*. Nó còn được gọi là Phật giáo Mật tông, được thực hành chủ yếu dọc theo các khu định cư trên dãy Himalaya giáp Tây Tạng và được phát triển mạnh mẽ bởi nhà huyền học Phật giáo huyền thoại Guru Padmasambhava hay Guru Rinpoche.

Ngày nay Phật giáo đã trở thành một trong những tôn giáo thống trị thế giới với hơn 500 triệu tín đồ, chiếm khoảng 7% dân số thế giới. Phật giáo thực sự đã đi một chặng đường dài từ cội nguồn của nó. Những người sùng đạo đã sử dụng nhiều con đường sùng đạo khác nhau. Tuy nhiên, điều gắn kết chúng ta trên toàn cầu lại là một người, một người đã giác ngộ, đó là Đức Phật. Phật giáo ngày nay đã phát triển thành một tôn giáo đa văn hóa, đa ngôn ngữ, toàn cầu. Nhiệm vụ truyền bá Phật giáo do Đại đế A-dục *(Ashoka)* khởi xướng đã lên đến đỉnh điểm thành hiện thực và hạt giống lời dạy của Đức Phật đã nảy mầm trên khắp các châu lục, góp phần hướng tới lòng từ bi, hòa bình phổ quát và trên hết là Niết Bàn.

TÀI LIỆU THAM KHẢO

- Encyclopedia Britannica
- Arnold, Sir Edwin. 1890. *The Light of Asia*, Robert Brothers, Boston, USA.

23

THÔNG ĐIỆP HÒA BÌNH CỦA ĐỨC PHẬT

Thiền sư Tiến sĩ Buddha Priya Mahathero

Tổng thư ký của SUSWM và BSBM, Kolkata, Ấn Độ

Email: psuswm@ymail.com

Namo Buddhaya

Phật giáo không chỉ là một tôn giáo của quá khứ hay đơn thuần là đức tin như nhiều người đã nghĩ, mà là một tôn giáo và triết học khoa học đã được thử nghiệm theo thời gian, trong bối cảnh tình hình thế giới hiện tại, ngày nay phù hợp hơn bao giờ hết trong việc thiết lập hòa bình thế giới.

Tóm tắt

Đối với chúng tôi ở Ấn Độ, vùng đất nơi Đức Phật đản sinh, Phật giáo là một đại diện nổi bật cho truyền thống tôn giáo của chúng tôi - một truyền thống hòa bình và hòa hợp. Chủ nghĩa nhân văn, đặc trưng của giáo lý Đức Phật, đã vượt qua mọi rào cản chủng tộc và quốc gia. Bậc thầy hướng đến sự phát triển của một loại người tự do mới, có ý định xây dựng tương lai của chính mình, dựa vào chính bản thân mình, attadipa. Nhưng ngày nay, hơn cả trước đây, chúng ta đang phải chịu đựng sự kiệt quệ về tinh thần, sự gia tăng tính ích kỷ, cá nhân và tập thể, khiến cho lý tưởng về một xã hội thế giới khó đạt được.

Đức Phật là một thế lực vĩ đại cho hòa bình trên thế giới. Chính sách hòa bình, hy sinh, tử tế và bác ái của Đức Phật đã tạo nên cuộc đời của nhiều vị thánh ở Ấn Độ thời trung cổ, trong khi ở Ấn Độ hiện đại cũng vậy, một số nhà lãnh đạo vĩ đại như Gandhi và Nehru chắc chắn đã được hướng dẫn bởi giáo lý của Đức Phật. Chính sách đối ngoại được tuyên bố của Ấn Độ dựa trên Năm giới *(panchashila)*, bản thân nó là một thuật ngữ Phật giáo, cho phép khả năng chung sống hòa bình giữa những người có hệ tư tưởng khác nhau.

Trong hiện tại cũng như xưa, đạo Phật hàm ý hòa bình, hàm ý một trạng thái tâm *(metta)*. Thông điệp của Phật giáo và những nguyên tắc làm nền tảng cho nó đã mang một ý nghĩa mới trong thế giới ngày nay. Ngay cả sự hòa bình mà U.N.O. lên tiếng chỉ là một dấu hiệu cho thấy toàn bộ thế giới (Morgan 1956, 12) đang dần dần xoay quanh niềm tin được thể hiện trong tôn giáo của Đức Phật.

Phật giáo có mối liên hệ mật thiết với khái niệm hòa bình. Trong lịch sử lâu dài của nó, chúng ta hầu như không tìm thấy bất kỳ bằng chứng nào về bạo lực, giết chóc hay hận thù tôn giáo. ***"Phật giáo chỉ sử dụng một thanh kiếm, thanh kiếm trí tuệ và chỉ nhận ra một kẻ thù duy nhất là vô minh."*** Đây thực sự là bằng chứng của lịch sử.

Ở Ấn Độ, chính sách hòa bình, hy sinh, nhân hậu và bác ái của Đức Phật không chỉ ảnh hưởng đến người dân nói chung mà còn ảnh hưởng đến những người cai trị, những người coi đó là nền tảng cho chính sách nhà nước của họ. Nó đã định hình cuộc đời của nhiều vị thánh ở Ấn Độ thời trung cổ, trong khi ở thời kỳ hiện đại cũng vậy, các nhà lãnh đạo như Gandhi và Nehru chắc chắn đã được hướng dẫn bởi giáo lý của Đức Phật. Chính sách đối ngoại được tuyên bố của Ấn Độ dựa trên năm giới luật, panchashila, một thuật ngữ Phật giáo cho phép khả năng chung sống hòa bình giữa những người có hệ tư tưởng khác nhau.

Hòa bình thế giới ngày nay dường như chỉ là một huyền thoại, một ảo ảnh. Tuy nhiên, cũng đúng là bất chấp sự đa dạng về chủng tộc, tôn giáo, hệ tư tưởng, v.v., mọi người trên khắp thế giới đều gần như nhất trí về mong muốn cơ bản là hòa bình và hạnh phúc. Ngày nay, ở ngưỡng cửa của thế kỷ XXI, thế giới đang rất cần hòa bình để tạo ra sự hòa hợp, tình huynh đệ phổ quát, tình yêu thương, lòng trắc ẩn, sự nhẫn nại, bình đẳng và tạo ra sự an ủi trong các mối quan hệ giữa các cá nhân. Chủ nghĩa nhân đạo quốc tế, bất bạo động và hòa bình thế giới là những điều cần thiết hàng đầu hiện nay.

Vấn đề hòa bình – dù là cá nhân hay xã hội – về cơ bản là vấn đề của cái trí. Đó là trạng thái tích cực của tâm trí con người, hiểu được niềm vui và hạnh phúc được sinh ra từ tình yêu thương vị tha đối với tất cả chúng sinh trong vũ trụ. Con người khao khát hòa bình vì hạnh phúc là mục tiêu tối thượng của mọi sinh vật, và trong quá trình tìm kiếm hạnh phúc, con người thông minh nhận ra rằng nó không có được chừng nào tâm trí họ không bình yên.

Trong thế giới đầy xung đột ngày nay, thông điệp của Đức Phật có ý nghĩa rất quan trọng. Ngài muốn nâng đỡ, không chỉ con người, mà toàn thể nhân loại, vượt lên trên nỗi sợ hãi, sự ngu dốt và sự cô lập đang bủa vây họ trên đường đời. Về thông điệp hòa bình, nó thấm nhuần toàn bộ truyền thống Phật giáo. Đức Phật nhận ra rằng hòa bình chỉ đến khi con người hạnh phúc. Ngài muốn con người thoát khỏi mọi ác ý, hận thù, ham mê những ham muốn thấp kém và những suy nghĩ xấu xa. Ngài muốn thay thế những điều này bằng những tư tưởng tốt đẹp, những ước muốn xứng đáng, tình cảm bác ái và từ bi, cùng một thái độ thanh thản và điềm tĩnh. Hãy để mọi người thanh lọc suy nghĩ, mong muốn của họ, hạnh phúc trọn vẹn sẽ là của họ. Khi đó, nỗ lực suy nghĩ như vậy sẽ dẫn đến hòa bình toàn cầu.

Là một quy tắc xã hội, Phật giáo dẫn chúng ta đến hòa bình, hiểu biết và hội nhập. Đức Phật đã cố gắng khắc sâu vào tâm trí các đệ tử của mình ý thức phục vụ và hiểu biết bằng tình yêu thương và lòng từ bi bằng cách tách con người ra khỏi đam mê, nâng cao các khuynh hướng nhân văn trong con người với sự trợ giúp của đạo đức, karuna và samata.

Hòa bình và toàn vẹn là chủ đề trung tâm của Phật giáo. Nó không thể thiếu cho hòa bình thế giới như phương cách bảo đảm sự phát triển và ổn định toàn diện. Phương châm chính của Đức Phật là không chỉ tất cả các thành viên của tăng đoàn Phật giáo, mà đúng hơn là tất cả các chủ thể của nhà nước, phải đạt được sự hoàn thiện về mặt đạo đức và sự chính trực về mặt đạo đức để tạo ra hòa bình cả bên trong cũng như bên ngoài nhà nước.

Trong thế giới đang thay đổi ngày nay, Phật giáo có rất nhiều đóng góp vào việc thiết lập hòa bình. Nó cung cấp một học thuyết mang tính cách mạng về hòa bình bằng khái niệm về sự thịnh vượng chung của Pháp. Mặc dù thông điệp hòa bình được rải rác khắp nơi trong Phật giáo, chúng ta có thể nhắc qua một số kinh điển Phật giáo đầu tiên, cũng như các tác phẩm triết học và văn học Đại thừa sau này, trong đó có những đề cập cụ thể đến hòa bình. Trong số các tác phẩm trước đó, Kinh Kimsita của Cullavagga nói rằng bất cứ ai thực hành Pháp theo lời dạy của Đức Phật và đạt được bản chất của kiến thức thông qua thiền định đều được thiết lập trong hòa bình. Ba kinh của Mahavagga (Sundarikabhadvaja, Magha và Salla), hầu hết các kinh của Atthaka Vagga, và toàn bộ chương của Parayanavagga mô tả quan niệm Phật giáo về hòa bình là sự đạt được tự do tinh thần hoàn toàn của một người bằng nỗ lực từ bỏ ái dục, mọi học thuyết triết học và các nghi lễ tôn giáo. Tương tự, các tác phẩm Đại thừa sau này miêu tả Bồ tát là hiện thân của Mahakaruna. Vajrasuchi của Asvaghosha cho thấy một cách khéo léo cách các bậc thầy (*acarya*) Đại thừa đã cố gắng vượt lên trên sự phân biệt về đẳng cấp, màu da và tín ngưỡng, phù hợp với lời dạy của Đức Phật, để thiết lập hòa bình trong nước.

Trong bài viết này, chúng tôi đề xuất đề cập ngắn gọn đến khái niệm ahimsa hay bất bạo động do Đức Phật đưa ra, điều này đã đi một chặng đường dài trong việc thúc đẩy khái niệm hòa bình. Sau đó, chúng tôi đề xuất xem xét khái niệm hòa bình này được phản ánh như thế nào trong hai tác phẩm Phật giáo rất nổi bật, đó là Saddharmapundarikasutra hay Kinh Diệu Pháp Liên Hoa và Kalachakra Tantra hay Bánh xe thời gian. Tuy nhiên, trước khi làm điều đó, chúng ta cần phân tích ngắn gọn bối cảnh lịch sử đã mở đường cho sự trỗi dậy của Phật giáo vào thế kỷ thứ sáu trước Công nguyên.

Để hiểu được ý nghĩa của hòa bình trong bối cảnh Phật giáo sơ khai, cần phải đi qua bối cảnh lịch sử phát triển của Phật giáo. Thời đại của Phật giáo là thời đại mà do sự phát triển của lực lượng sản xuất, các vùng phía Bắc Ấn Độ đã chứng kiến sự trỗi dậy của các quyền lực nhà nước tàn nhẫn trên đống đổ nát của các xã hội bộ lạc. Thương mại và chiến tranh đang tạo ra những đau khổ chưa từng thấy trong cuộc sống của người dân trong khi lòng tham chiếm hữu tư nhân không có giới hạn. Tuy nhiên, lực lượng sản xuất chưa phát triển đủ để cung cấp đầy đủ cho tất cả mọi người. Đúng hơn, sự phát triển hơn nữa của lực lượng sản xuất mà chỉ có nó mới có thể dẫn đến hạnh phúc cuối cùng chắc hẳn đã giả định trước một lực lượng bóc lột tàn nhẫn hơn và tất cả những đau khổ mà nó kéo theo. Đồng thời, lưu vực sông Hằng vào thế kỷ thứ 6 trước Công nguyên chứng kiến sự xuất hiện của các giai cấp mới dẫn đến nhiều căng thẳng xã hội, trong khi đó trong lĩnh vực tôn giáo đã nảy sinh rất nhiều giáo phái có sức hấp dẫn và nổi bật đáng kể với những triết lý đa dạng của họ, "một tập hợp đáng kinh ngạc của những ý tưởng thất vọng".

Để ứng phó với tình huống như vậy, Đức Phật chỉ hành động như một công cụ vô thức của lịch sử, và Phật giáo ngay từ khi mới thành lập có lẽ đã được định sẵn trở thành phong trào tôn giáo xã hội lớn nhất trong lịch sử Ấn Độ.

Khi xây dựng nền tảng lý thuyết cho Giáo pháp của mình, Đức Phật coi nỗi đau khổ ở thời đại của Ngài như một căn bệnh. Arya satyas, những chân lý cao quý mà Ngài tuyên bố có liên quan đến sự đau khổ và được hình thành vào thời điểm chứng kiến tình trạng quyền lực và tài sản. Để mang lại hòa bình cho những người đau khổ, Đức Phật đã nâng những đau khổ vật chất cụ thể của đồng loại lên thành nguyên lý phổ quát về đau khổ vĩnh viễn, một loại đau khổ lý tưởng hay siêu hình. Với cách giải thích như vậy, những đau khổ thực tế phát sinh từ các điều kiện xã hội mới trở nên vô nghĩa. Nguyên nhân của đau khổ, được tìm thấy trong chính sự khao khát, là sự tồn tại. Đức Phật cũng đưa ra thông điệp giải thoát khỏi đau khổ, tuyên bố rằng đau khổ có thể vượt qua và có một lối thoát nhất định cho điều đó. Ông lập luận thêm rằng nguyên nhân thực sự của sự đau khổ thực sự phải được tìm kiếm ở đâu đó bên ngoài thế giới vật chất cụ thể, nếu không thì con người sẽ tìm đến bạo lực. Nguyên nhân cuối cùng của mọi đau khổ của con người đều bắt nguồn từ sự thiếu hiểu biết. Vấn đề đã được giải quyết đơn giản bằng cách loại bỏ nó khỏi thực tế.

Cốt lõi của Phật giáo, Bát chánh đạo, như đã được xây dựng để mang lại hạnh phúc và hòa bình không chỉ cho cá nhân mà còn cho xã hội nói chung.

Bước đầu tiên, tầm nhìn đúng đắn, giúp con người dập tắt ham muốn (nguyên nhân gốc rễ của mọi đau khổ) dẫn đến con đường hòa bình.

Bước thứ hai, những mục tiêu đúng đắn, ngăn cản một người thèm muốn sự giàu có và quyền lực gây thiệt hại cho người khác hoặc đam mê giác quan và sự xa hoa và thông qua thiết kế phù hợp sẽ trang bị cho con người biết yêu thương người khác và gia tăng hạnh phúc của họ.

Bước thứ ba, lời nói đúng đắn (trung thực, có lợi cho tình bạn vĩnh cửu, đáng yêu và chừng mực), khuyến khích người ta tránh lạm dụng lưỡi kẻo nó có thể dẫn đến bạo lực và giết chóc.

Bước thứ tư, hành động đúng đắn, khuyên người ta không nên đam mê những hành động như giết người, trộm cắp, ngoại tình dẫn đến tai họa, mà nên thực hiện những hành động tích cực sẽ dẫn đến lợi ích cho người khác.

Tương tự như vậy, các bước khác trong Bát Chánh Đạo cũng khuyên chúng ta loại bỏ các ác pháp khỏi tâm trí, phát khởi những ý nghĩ tốt đẹp để tạo ra sự hòa hợp và hạnh phúc trong xã hội.

Đức Phật không chỉ quy định một bộ quy tắc ứng xử cho cả cư sĩ và tu sĩ, mà thậm chí còn mạo hiểm tuyên bố những nhiệm vụ mới dành cho nhà vua chuyên chế, thể hiện "một quan điểm hiện đại đáng kinh ngạc về kinh tế chính trị".

Bên cạnh những điều khác, nó khuyên người cai trị nên giải quyết nạn cướp bóc, xung đột và các tệ nạn xã hội khác như nghèo đói và thất nghiệp bằng những biện pháp thích hợp, sử dụng tích lũy thặng dư cho các công trình công cộng và do đó đảm bảo hòa bình và hòa hợp trong vương quốc.

Giáo lý của Đức Phật rất phù hợp với nhu cầu của một xã hội đang phát triển nhanh chóng. Thái độ của Đức Phật đối với những bất công của hệ thống đẳng cấp đã tạo nên một lời kêu gọi nhiệt thành đối với người dân. Trong số các nhà tiên tri đương thời, chỉ có Đức Phật "có thể mang đến cho người dân ở thời đại của Ngài tư tưởng về tự do, bình đẳng và tình huynh đệ, mà kết quả tất yếu của các quy luật tiến bộ xã hội đã bị chà đạp và làm xói mòn trên thực tế".

Thời đại của Đức Phật chứng kiến những biến động xã hội quan trọng nhất ở Thung lũng sông Hằng, sự chuyển đổi từ bộ tộc này sang nhà nước khác, sự thay đổi thành phần quân đội (không có cơ sở bộ lạc), một loạt thể chế mới (thế chấp, lãi suất, cho vay nặng lãi), và tầng lớp thương gia mới nổi với những tệ nạn xã hội đồng thời đặc trưng của chủ nghĩa thương mại. Giữa sự căng thẳng do những điều này tạo ra, điều cần thiết là một loại vật thay thế nào đó cho giá trị bộ lạc đã mất về tự do, bình đẳng, tình huynh đệ. Chính Đức Phật đã cung cấp một sự thay thế và trở nên cực kỳ nổi tiếng.

Trong các kinh khác nhau, Đức Phật nói về lòng tham vô độ của người giàu. Những thực tế mới mà anh nhìn thấy khiến anh kinh hoàng. Lòng tham giàu có và quyền lực tương tự là đặc điểm của lịch sử chính trị của thời đại. Vô số trường hợp giết cha được ghi lại trong lịch sử của Magadha và Kosala là biểu hiện của những giá trị mới theo sau sự trỗi dậy của quyền lực nhà nước và sự sụp đổ của đạo đức bộ lạc. Trong một thế giới bị xé nát bởi các thế lực mới của sự chuyên chế, áp bức và tham lam, dục vọng và hận thù, thông điệp của Đức Phật về hòa bình, ahimsa, lòng từ bi, tình hữu nghị và sự hòa hợp cũng như sự nhấn mạnh của Ngài về các giá trị đạo đức đã tỏ ra hợp thời và có sức hấp dẫn to lớn đối với thế giới. quần chúng.

Ahimsa hoặc bất bạo động

Phật giáo là một phúc âm của hòa bình và bất bạo động. Bất bạo động là một lối sống thoát khỏi mọi đam mê cực đoan như giận dữ, thù hận, vui thú và đau đớn. Hòa bình thực sự bắt nguồn từ bất bạo động, một sức mạnh hợp lý và hùng mạnh. Việc thực hành bất bạo động là khẳng định cuộc sống, góp phần vào sự đoàn kết, tiến bộ và hòa bình của con người. Bất bạo động dạy người ta sống hòa hợp với người khác và với chính mình. Nó đòi hỏi phải tuân thủ các tiêu chuẩn cao về sự thật và sự tự chủ.

Phật giáo được coi là một tôn giáo thực tế của hòa bình và bất bạo động. Bốn Brahma-vihara, thân thiện, từ bi, hỷ lạc và xả là thành phần của Chánh niệm có xu hướng thúc đẩy phúc lợi toàn cầu. Hơn nữa, lý tưởng Bồ Tát dựa trên tinh thần vị tha và hy sinh, thái độ từ bi và nhân từ của Đức Phật đối với toàn thể nhân loại, các nguyên tắc bất bạo động, nhẫn nhục và quan điểm nhân đạo, tất cả đều có xu hướng thúc đẩy hòa bình.

Không ai có thể bỏ qua chiến lược bất bạo động và chính sách xã hội do Đức Phật đề ra. Tăng đoàn Phật giáo là một đội quân bất bạo động thực sự. Đức Phật có lẽ đã nhận ra rằng chỉ một cá nhân điều phục tâm mình thôi thì chưa đủ, mà cần phải nỗ lực để điều phục tâm trí của hàng triệu người. Do đó, Ông quyết định thành lập một đội quân gồm những người mặc áo choàng màu cam và cạo trọc đầu - một đội quân gồm những chiến binh bất bạo động với cuộc chiến là chinh phục bản thân.

Nguyên tắc bất bạo động hướng tới một lý tưởng về hòa bình toàn cầu. Những Phật tử, trong thế kỷ XXI, có trách nhiệm khám phá lại truyền thống ahimsa, tình yêu của họ. Lòng từ bi có thể giúp các cá nhân nhận ra hòa bình, không chỉ trong cuộc sống của họ mà còn trong cộng đồng thế giới.

Kinh Saddharmapundarika hay Diệu Pháp Liên Hoa

Lý tưởng hòa bình của Phật giáo được minh họa một cách tuyệt vời trong Kinh Saddharmapundarika hay Diệu Pháp Liên Hoa, một trong những kinh điển quan trọng nhất trong tất cả các kinh điển Đại thừa, đặt ra học thuyết về Nhất thừa và Đức Phật vĩnh cửu. Kinh dạy về con đường đạo đức là con đường của Bồ Tát - một cuộc sống vị tha sáng tạo dẫn đến hòa bình tối thượng.

Hoa sen, với vô số lời dạy, là hiện thân của hệ tư tưởng hòa bình. Nền tảng tốt nhất cho hòa bình thế giới là trách nhiệm chung đối với việc phân phối công bằng các nguồn tài nguyên thiên nhiên và quan tâm sâu sắc đến các thế hệ tương lai để có thể biến thế giới thành một vùng đất trong lành và hòa bình. Trong Kinh Pháp Hoa, tuyệt đối không có gì bị loại trừ khỏi lời dạy này – tâm, thân, cá nhân, xã hội, núi, sông, cây, cỏ, chim, cá, động vật, hoặc hạt giống – mọi thứ sẽ được cứu độ. Sự rộng lớn và vô biên của Kinh Pháp Hoa thật choáng ngợp. Chắc chắn đây là một giáo lý sâu sắc về hòa bình.

Diệu Pháp Liên Hoa Kinh kể về câu chuyện của Đề-bà-đạt-đa (*Devadatta*) (Chương XII), một đệ tử và cũng là em họ của Đức Phật, người sau đó đã bất chấp Đức Phật và ly khai khỏi cộng đồng đệ tử của Đức Phật. Ông ta phạm tội giết người, phỉ báng Giáo Pháp, gây chia rẽ giữa các đệ tử của Đức Phật và thậm chí còn có ý định giết Đức Phật trong nhiều trường hợp khác nhau. So sánh những ác nghiệp của Devadatta với ác nghiệp của Đức Phật đã chịu đựng, chúng ta học được nhiều bài học quý giá. Câu chuyện truyền tải một loạt các biểu hiện công khai về cả bạo lực và bất bạo động, người ta có thể dễ dàng nhận ra ai mạnh hơn.

Tinh thần của Diệu Pháp Liên Hoa Kinh không chỉ nhằm mục đích cứu rỗi các cá nhân hay đánh thức họ nhận ra sự thật mà cuối cùng còn nhằm mục đích thay đổi toàn bộ xã hội. Điều này được tượng trưng bằng từ "tịnh hóa cõi Phật" xuất hiện thường xuyên trong "Hoa sen". Kinh Pháp Hoa khẳng định, để con người có thể thực sự hạnh phúc, ngoài sự giác ngộ và hạnh phúc cá nhân trong đời sống cá nhân, con người còn phải tìm cách thanh lọc quốc gia (xã hội) để tiến thêm một bước nữa. Chương XI của Kinh Pháp Hoa, "Nhìn ngắm Bảo Tháp Báu vật," khuyến khích một người nỗ lực không trốn tránh thực tế mà thay vào đó tích cực đấu tranh và cố gắng thanh lọc nó. Một bài học quan trọng khác mà người ta rút ra từ chương này là người có ý định làm cho thế giới này hòa bình phải trực tiếp chạm đến nỗi đau khổ của người dân thường trong xã hội thực tế. Người ta không thể phục vụ người khác chỉ bằng chủ nghĩa lý tưởng mà phải vật lộn với những vấn đề thực tế.

"Thần lực của Như Lai" (Chương XXI), tóm tắt mang tính biểu tượng của các ý tưởng của "Hoa sen" giải thích rằng Đức Phật tiết lộ thần thông và thể hiện nhiều điều bí ẩn về hiện tượng kỳ diệu, tất cả đều tượng trưng cho chân lý rằng mọi người là một. Hiện tượng "Phật quốc" xảy ra ở đây có nghĩa là sự hình thành một liên đoàn thế giới mà chúng ta phải cố gắng biến thành hành động.

Kinh Pháp Hoa mô tả hành động của những người làm việc vì hòa bình của nhân loại dưới góc độ của các loại Bồ Tát khác nhau. Trong số đó, Bồ Tát Thường Bất Khinh (Chương XX) đưa ra một mô hình đối thoại bất bạo động. Ông tin tưởng và tôn trọng phẩm giá con người ở mức tối đa. Về bản chất, điều mà Thích Ca Mâu Ni cố gắng đạt được khi xuất hiện trên thế giới này là lối sống tối ưu cho cả bản thân và người khác. Tương tự như vậy, "Bồ Tát từ Trái đất" (Chương XV) xuất hiện với tư cách là những người sẽ phổ biến tinh thần của Kinh Pháp Hoa trong tương lai. Người ta dự đoán rằng chúng sẽ xuất hiện cùng với triết lý tôn trọng phẩm giá sự sống trong thời đại ác quỷ ngũ trược, Ngày Sau của Luật.

Theo cách hiểu của chúng tôi, các vị Bồ Tát xuất hiện trong Kinh Pháp Hoa có thể được coi là đại diện cho những người bình thường đang nỗ lực tạo dựng một nền văn hóa hòa bình. Trọng tâm nỗ lực của họ là tôn trọng phẩm giá sự sống. Công cụ chính của họ là đối thoại bất bạo động, đầy lòng nhân ái, và mỗi người trong số họ đều thể hiện những đặc điểm riêng biệt của mình khi nỗ lực đạt được mục tiêu này.

Chương II của kinh *"Phương tiện"* nói rõ rằng chư Phật xuất hiện ở thế giới này nhằm mục đích hiển lộ cho chúng sinh đời sống phổ quát *(Phật tính)* trong mỗi người. Mục đích của họ là khai mở, cho chúng sinh thấy trí tuệ, đánh thức họ về trí tuệ và khiến họ hòa nhập với trí tuệ. Điều này tôn vinh phẩm giá của cuộc sống, giúp chúng sinh trở nên tốt đẹp nhất có thể. Một lần nữa, người ta cho rằng trong khi vô minh khơi dậy năng lượng tà ác tạo ra sự chia rẽ, thì năng lượng tốt trở thành biểu hiện bởi bản chất thực sự của mọi hiện tượng và bản chất của Đức Phật trở thành từ bi, tin tưởng, trí tuệ, can đảm và công bằng. Khi vạn vật, kể cả nhân loại, bộc lộ bản chất tốt đẹp và thống nhất trong tình đoàn kết, thì phẩm giá thiết yếu của cuộc sống dựa trên luật nhân duyên được thể hiện. Chỉ trong những hoàn cảnh như vậy, chúng ta mới có thể cố gắng tạo ra một nền văn hóa hòa bình, đặc trưng bởi bất bạo động, lòng nhân ái, sự tin cậy và hy vọng.

Lý tưởng văn hóa hòa bình của Phật giáo được mô tả trong Chương V, "Dụ ngôn về dược liệu" của Kinh Pháp Hoa. Ở đây nói rằng trong tự nhiên phát triển rất đa dạng các loài thực vật. Cây cối nhận được sự ban phước như nhau của đất và mưa, chúng lớn lên và nở hoa, mỗi loài đều biểu hiện những đặc điểm riêng của mình. Văn bản này, trong đó đất và mưa là những ẩn dụ cho giáo lý vô tư của Thích Ca Mâu Ni và thực vật tượng trưng cho chúng sinh, mô tả một cách khéo léo bản chất của nền văn hóa hòa bình. "Về mặt xã hội, câu chuyện ngụ ngôn chỉ ra cách các nền văn hóa đa dạng có thể bảo tồn bản chất đặc biệt của chúng trong khi cùng tồn tại một cách hòa bình."

Kalachakra: Bánh xe thời gian

Kalachakra, một trong những bộ phận lớn nhất của Phật giáo Mật tông, trong tiếng Phạn có nghĩa là "Mật điển của Bánh xe Thời gian". Kalachakra là một phần của một hệ thống phức tạp. Đó là một giáo lý Mật tông mà người Tây Tạng coi là đặc biệt hữu ích trong việc loại bỏ hoặc ít nhất là giảm thiểu chiến tranh và mang lại nhiều tác dụng tích cực. Được biết, vào năm 1953, Đức Đạt Lai Lạt Ma đã nhận quán đảnh Thời Luân1 từ Ling Rinpoche. Đây là một trong những lễ nhập môn quan trọng nhất trong truyền thống Mật tông có ý nghĩa đặc biệt đối với hòa bình thế giới. Sau đó, Đức Đạt Lai Lạt Ma đã ban Quán đảnh Thời Luân ở nhiều nơi khác nhau ở Ấn Độ và nước ngoài, với động cơ thúc đẩy hòa bình thế giới.

Tuy nhiên, để đạt được hòa bình thế giới đích thực, trước tiên chúng ta phải tạo ra hòa bình nội tâm. Điều này chỉ có thể thực hiện được khi chúng ta giảm bớt những suy nghĩ tiêu cực và tăng cường thái độ tích cực bằng cách phát triển tình yêu thương và lòng trắc ẩn, sự kiên nhẫn và hiểu biết giữa con người với nhau. Khi đó, một cách tiếp cận mang tính nhân đạo phổ quát đối với các vấn đề của thế giới dường như là nền tảng vững chắc duy nhất cho hòa bình thế giới.

Thời Luân được phát triển vì lợi ích và thịnh vượng của mọi chúng sinh và vì hòa bình ở cấp độ cá nhân và toàn cầu. Nhưng chừng nào chúng ta còn chịu đựng những biến dạng tinh thần như tham luyến và sân hận thì sẽ không thể đạt được hòa bình. Kalachakra giúp người được điểm đạo khắc phục những biến dạng tinh thần như vậy và phát triển một trạng thái tâm trí giúp họ đạt được hòa bình, cả bên trong lẫn bên ngoài. Sự hòa hợp giữa ngoại thất và nội thất như vậy được cho là chỉ có thể thực hiện được thông qua việc nghiên cứu Kalachakra.

Lễ quán đảnh Thời Luân là một hội thảo có quy mô lớn nhằm nỗ lực nghiêm túc của cả thầy và trò nhằm đánh thức Phật tánh, lòng tốt bẩm sinh, bằng sức mạnh tổng hợp của giáo lý, cầu nguyện, ban phước, sùng mộ, thần chú, yoga và thiền. Đó là nỗ lực của mỗi người tham gia nhằm cố gắng khám phá nền hòa bình đích thực và vĩnh viễn vì lợi ích của tất cả những người khác.12 [Wikipedia] Quán đảnh Kalachakra, hình thức thực hành Mật thừa Phật giáo Tây Tạng cao nhất, đưa người ta đến sự giác ngộ hoàn toàn, đạt được Bồ đề tâm và chứng ngộ shunyata trong cuộc đời của chính mình.

Cách duy nhất để có thể thiết lập một nền hòa bình lâu dài là nuôi dưỡng nền hòa bình giác ngộ trong tâm trí mọi người. Thời Luân được coi là một bước độc đáo và thiết thực theo hướng này.

Thời Luân tạo ra nguyện vọng đúng đắn của một vị Bồ Tát mong muốn trở thành một bậc giác ngộ để giúp đỡ tất cả chúng sinh khác. Thực hành Kalachakra là phương tiện Phật giáo để đạt được Bồ đề tâm và trở thành Phật trong đời sống của chính mình. Bồ đề tâm là cảm giác trực quan, không bị che mờ bởi sự ích kỷ, giận dữ hay sợ hãi.

Để kết luận, người ta có thể nói rằng lời dạy của Đức Phật về việc chiến thắng cái ác đã giúp nhân loại đạt được hòa bình. Nó có tác động to lớn đến tồn tại chung của xã hội, qua đó góp phần tạo nên tình hữu nghị và hòa hợp xã hội. Nó làm sống lại tinh thần đoàn kết xã hội bằng cách chấm dứt xung đột xã hội. Sứ mệnh cao cả của Đức Phật đã giúp đỡ không chỉ Ấn Độ mà cả các nước Đông Nam Bộ và Viễn Đông tạo điều kiện cho công lý, ổn định chính trị, kinh tế xã hội, tình huynh đệ, hòa bình, hòa hợp xã hội.

Thông điệp của Đức Phật và những nguyên tắc làm cơ sở cho thông điệp đó đã mang một ý nghĩa mới trong thế giới ngày nay. Ngay cả hòa bình mà UNO nói đến cũng chỉ là một dấu hiệu cho thấy thế giới đang dần dần xoay quanh những niềm tin được thể hiện trong tôn giáo của Đức Phật.

Bản chất của Phật giáo là:

Sabba Papassa Akaranam Kusalassa upasampoda Sacitta pariyodapanam Etam Buddhanosasanam

Tránh xa mọi ác nghiệp

Tu tập điều lành

Thanh lọc tâm mình.

Đó là lời dạy của Phật.

Bhabato sabba mangalam

Cầu mong tất cả chúng sinh được hạnh phúc, bình an và giải thoát.

TÀI LIỆU THAM KHẢO

- Bodhi, Bhikkhu, *The Living Message of the Dhammapada*, 1993, Buddhist Publication Society, Kandy, Sri Lanka.
- Brammachary, Pandit Silananda. 2011. *Mahasanti Mahaprem, pg.77*. Kolkata: Maha Bodhi B o o k

Agency.

- Buddharakkhita, Acharya, trans. *The Dhammapada: The Buddha's Path to Wisdom.* Buddhanet.net, https:// www. accesstoinsight.org/tipitaka/kn/dhp/dhp.intro. budd.html
- Dhammananda, Venerable K. Sri. *Buddhism in the Eye of Intellectuals*, Taiwan: The Corporate Body of Buddha Educational Foundation.
- Mahajan, Silabhadra Rinpoche. 2002. *Kalachakara.* Darjeeling: Bodhi Publications. 34, 112.
- Morgan, Kenneth W., ed. 1956. *Path of the Buddha: Buddhism Interpreted by Buddhists*: New York: Kessinger Publishing Company.
- Norman, Alexander. 2020. *The Dalai Lama: An Extraordinary Life*, New Delhi: Harper Collins.
- Pandit, Jyotipal Mahathero, 1988. *Karmatattva.* Dhaka: Kumilla Book Publisher, 32.
- Priya, Buddha Mahathero. 2016. *The Light of Peace*, 2nd ed. Kolkata: SUSWM.
- Saksana, Rakesh, *Buddhism and Its Message of Peace*, Hindistan, India, www.ayk.gov.tr.

HÌNH ẢNH BUỔI HỘI THẢO

Buddhist Studies Seminar tại Siddharth United Social Welfare Mission, Chinar Park, Kolkata, Tây Bengal, Ấn Độ, ngày 02 tháng 07 năm 2023

Hình lưu niệm trước cổng Siddharth United Social Welfare Mission, Chinar Park, Kolkata, Tây Bengal

Tiến sĩ Buddha Priya Mahathero chào đón đoàn
Việt Nam – Hoa Kỳ

Những Diễn Giả Phật Giáo

Tặng hoa và Pháp tràng cho Chư Tôn Thiền Đức Tăng Ni khách mời

Tặng hoa cho Ni sư Tiến sĩ T.N. Giới Hương

Tặng hoa và Pháp tràng cho Quý sư cô

Toàn cảnh của buổi hội thảo

*Từ phải sang: Ni sư Tiến sĩ T.N. Giới Hương,
Sư cô Trí Minh (em gái Ni sư T.N. Giới Hương),
Sư cô Đức Trí, Sư cô Viên Nhuận và Sư cô Viên Bảo*

Từ trái sang: Phật tử Viên Phương, Viên Lệ và Viên Đào

Tiến sĩ Buddha Priya Mahathero và diễn văn Khai mạc

Tiến sĩ Buddha Priya Mahathero
và Ni sư Tiến sĩ T.N. Giới Hương

Fy giới thiệu diễn giả Ni sư Tiến sĩ T.N. Giới Hương

Ni sư Tiến sĩ T.N. Giới Hương thuyết trình

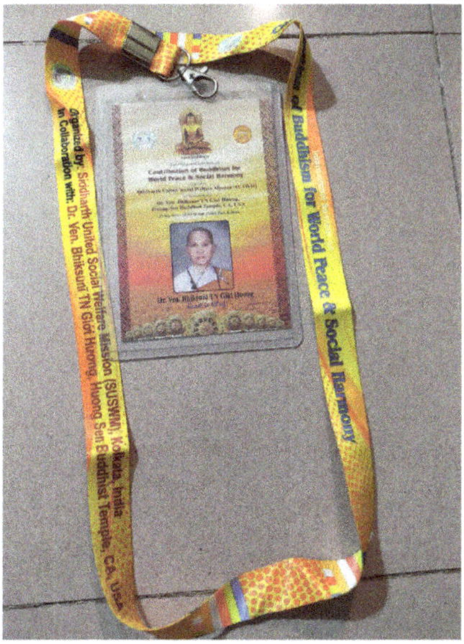

Bảng đeo của Ni sư Tiến sĩ T.N. Giới Hương

Sư cô T.N. Trí Minh thuyết trình

Ni sư Tiến sĩ T.N. Giới Hương nhận bằng khen

Ni sư Tiến sĩ T.N. Giới Hương nhận quà lưu niệm

Quà sách của Chùa Hương Sen do Ni sư T.N. Giới Hương biên soạn tặng tất cả điển giả thuyết trình

Phẩm vật sách Phật cúng dường

Cúng dường cho Tăng đoàn

Pháp bảo kính dâng

Hoan hỉ nhận quà trí tuệ

Trao nhau niềm yêu thương

Cúng dường tịnh tài đến Tiến sĩ Buddha Priya Mahathero

Hai mươi ba diễn giả thuyết trình

Cùng nhau

Ni sư Tiến sĩ T.N. Giới Hương tại đại sảnh hội thảo Kolkata

Bảng hiệu hành hương và từ thiện Chùa Hương Sen

Tại buổi từ thiện, Ni sư T.N. Giới Hương đọc bài Quy y Tam Bảo bằng tiếng Anh và Tiến sĩ Buddha Priya Mahathero dịch sang ngôn ngữ Bengal cho người địa phương.

Sư cô T.N. Trí Minh hướng dẫn chánh niệm bằng tiếng Anh và Tiến sĩ Buddha Priya Mahathero dịch sang ngôn ngữ Bengal

Quà từ thiện tại Siddharth United Social Welfare Mission

Chia sẻ gạo và thực phẩm cho dân làng nghèo

Những giọt mồ hôi trên mặt

Phụ nữ Ấn Độ vui mừng khi nhận được quà

Mỉm cười hoan hỉ sau buổi từ thiện

*Kỷ niệm tại văn phòng làm việc
của Tiến sĩ Buddha Priya Mahathero*

*Hòa thượng Tiến sĩ Buddha Priya Mahathero
và Ni sư Tiến sĩ T.N. Giới Hương*

Chánh điện của chùa Phật giáo Rishra Jatavana, Kolkata, Tây Bengal

Phía trước chùa Phật giáo Rishra Jatavana, Kolkata, Tây Bengal

Bảng công nhận công đức của Ni sư T.N. Giới Hương
Great Social Service Award 2023 from Siddharth United Social Welfare Mission

Hội thảo quốc tế Đóng góp của Phật giáo
vì hòa bình thế giới và hòa hợp xã hội

TỦ SÁCH BẢO ANH LẠC

do Ni Sư Tiến Sĩ T.N. Giới Hương biên soạn

1. *Boddhisattva and Sunyata in the Early and Developed Buddhist Traditions,* Bhikṣuṇī Gioi Huong, Delhi-7: Eastern Book Linkers, 1st print 2004. Tái bản 2nd reprint 2005 & Vietnam Buddhist University: HCM City: 3rd reprint.
2. *Bồ-tát và Tánh Không Trong Kinh Tạng Pali và Đại Thừa*, Thích Nữ Giới Hương, Delhi-7: Tủ Sách Bảo Anh Lạc, 2005. Tái bản lần 2 & 3, NXB Tổng Hợp Tp HCM, 2008 & 2010.
3. *Ban Mai Xứ Ấn* (3 tập) – *Tuyển tập các Tiểu Luận Phật Giáo*, Thích Nữ Giới Hương, Delhi-7: 2005 và 2006. Nhà Xuất Bản Văn Hóa Sài Gòn, 2008.
4. *Sārnātha - Vườn Nai – Chiếc Nôi Phật Giáo*, Thích Nữ Giới Hương, Delhi-7: 2005 và 2006. NXB Phương Đông, 2008 & 2010.
5. *Xá Lợi Của Đức Phật*, Tham Weng Yew, Thích Nữ Giới Hương chuyển ngữ, Delhi-7: 2005 và 2006. Tái bản lần 3, NXB Tổng Hợp Tp HCM, 2008.
6. *Quy Y Tam Bảo và Năm Giới*, Thích Nữ Giới Hương, Wisconsin, USA, 2008. Tái bản NXB Hồng Đức, năm 2010 & 2016.
7. *Vòng Luân Hồi*, Thích Nữ Giới Hương, NXB Phương Đông, 2008, 2010, 2014 và lần thứ 4, 2016.

8. *Hoa Tuyết Milwaukee,* Thích Nữ Giới Hương, NXB Văn Hoá Sài gòn, 2008.

9. *Luân Hồi trong Lăng Kính Lăng Nghiêm,* Thích Nữ Giới Hương, NXB Văn Hóa Sài gòn, 2008, 2012, 2014 và lần thứ 4, 2016.

10. *Quan Âm Quảng Trần*, Thích Nữ Giới Hương, NXB Tổng Hợp, 2010, 2012, 2014 và lần thứ 4, 2016. NXB Hồng Đức, 2018.

11. *Sen Nở Nơi Chốn Tử Tù,* nhiều tác giả, Thích Nữ Giới Hương chuyển ngữ, NXB Văn Hóa Sài gòn, 2010, 2012 và 2014.

12. *Nữ Tu và Tù Nhân Hoa Kỳ,* (2 tập), Thích Nữ Giới Hương, NXB Văn Hóa Sài gòn, 2010, 2011, 2014 và lần thứ 4, 2016. NXB Hồng Đức, 2018.

13. *Nếp Sống Tỉnh Thức của Đức Đạt Lai Lạt Ma Thứ XIV:* (2 tập), Thích Nữ Giới Hương, NXB Hồng Đức, năm 2012, 2014, và 2016.

14. *A-Hàm: Mưa pháp chuyển hóa phiền não*, (2 tập), Thích Nữ Giới Hương, NXB Hồng Đức, năm 2012, 2014, và lần thứ 3, 2016.

15. *Góp Từng Hạt Nắng Perris*, Thích Nữ Giới Hương, NXB Hồng Đức, 2014.

16. *Pháp Ngữ của Kinh Kim Cang*, Thích Nữ Giới Hương, NXB Hồng Đức, 2014. Tái bản lần thứ 2 & 3: 2015 & 2016.

17. *Tập Thơ Nhạc Nắng Lăng Nghiêm*, Thích Nữ Giới Hương, NXB Hồng Đức, 2014.

18. *Rebirth Views in the Śūraṅgama Sūtra,* Dr. Bhikṣuṇī TN Giới Hương, Fifth Edition, NXB Hồng Đức, 2018.

19. *Commentary of Avalokiteśvara Bodhisattva,* Dr. Bhikṣuṇī TN Giới Hương, Fourth Edition, NXB Hồng Đức, 2018.

20. *Nét Bút Bên Song Cửa,* Thích Nữ Giới Hương, NXB Hồng Đức, 2018.

21. *Danh Ngôn Nuôi Dưỡng Nhân Cách - Good Words Nurture a Good Manner,* Thích Nữ Giới Hương sưu tầm, NXB Hồng Đức, 2020.

22. *Hương Sen, Thơ và Nhạc -Lotus Fragrance, Poem and Music* (Song ngữ Anh-Việt), Nguyễn Hiền Đức. Chuyển Anh Ngữ: Thích Nữ Giới Hương, NXB Hồng Đức, 2020.

23. *Cách Chuẩn Bị Chết và Giúp Người Sắp Chết-Quan Điểm Phật Giáo* (*Preparing for Death and Helping the Dying – A Buddhist Perspective*), Sangye Khadro, Chuyển Việt Ngữ: Thích Nữ Giới Hương, tái bản lần 5, NXB Hồng Đức, 2024.

24. *The Key Words in Vajracchedikā Sūtra*, Thích Nữ Giới Hương, NXB Hồng Đức Publishing, 2020.

25. 32.*Văn Hóa Đặc Sắc của Nước Nhật Bản-Exploring the Unique Culture of Japan* (Song ngữ Anh-Việt), Thích Nữ Giới Hương, NXB Hồng Đức, 2020.

26. *Take Refuge in the Three Gems and Keep the Five Precepts,* Thích Nữ Giới Hương, Hồng Đức Publishing, 2020.

27. *Sống An Lạc dù Đời không Đẹp như Mơ-Live Peacefully though Life is not Beautiful as a Dream* (Song ngữ Anh-Việt), Thích Nữ Giới Hương, NXB Hồng Đức, 2020.

28. *Sārnātha—The Cradle of Buddhism from an Archeological Perspective,* Thích Nữ Giới Hương, Hồng Đức Publishing, 2020.

29. *Hãy Nói Lời Yêu Thương-Words of Love and Understanding* (Song ngữ Anh-Việt), Thích Nữ Giới Hương, Hồng Đức Publishing, 2020.

30. *Văn Hóa Cổ Kim qua Hành Hương Chiêm Bái -The Ancient- Present Culture in Pilgrim* (Song ngữ Anh-Việt),

Thích Nữ Giới Hương, NXB Hồng Đức, 2020

31. *Cycle of Life*, Thích Nữ Giới Hương, NXB Hồng Đức, 2020.

32. *Nghệ Thuật Biết Sống-Art of Living* (Song ngữ Anh-Việt), Thích Nữ Giới Hương, Hồng Đức Publishing, 2020.

33. *Ni Giới Việt Nam Hoằng Pháp tại Hoa Kỳ*, Thích Nữ Giới Hương, Hồng Đức Publishing, 2020.

34. *Sharing the Dharma -Vietnamese Buddhist Nuns in the United States*, Thích Nữ Giới Hương, Hồng Đức Publishing, 2020.

35. *Tập Thơ Nhạc Lối Về Sen Nở,* Thích Nữ Giới Hương, NXB Hồng Đức, 2020.

36. *Hương Đạo Trong Đời 2022* (Tuyển tập 60 Bài Thi trong Cuộc Thi Viết Văn Ứng Dụng Phật Pháp 2022 - A Collection of Writings on the Practicing of Buddhism in Daily Life in the Writing Contest 2022), Thích Nữ Giới Hương biên soạn, NXB Hồng Đức, 2022.

37. *Hương Pháp 2022 (*Tuyển Tập Các Bài Thi Trúng Giải Cuộc Thi Viết Văn Ứng Dụng Phật Pháp 2022 - A Collection of the Winning Writings on the Practicing of Buddhism in Daily Life in the Writing Contest 2022) Thích Nữ Giới Hương biên soạn, NXB Hồng Đức, 2022.

38. *The Ceremony for Peace,* Bhikṣuṇī Thích Nữ Giới Hương composed, NXB Hồng Đức, 2023.

39. *The Lunch Offering Ritual,* Bhikṣuṇī Thích Nữ Giới Hương composed, NXB Hồng Đức, 2023.

40. *The Ritual Offering Food to Hungry Ghosts,* Bhikṣuṇī Thích Nữ Giới Hương composed, NXB Hồng Đức, 2023.

41. *The Pureland Course of Amitabha Sutra,* Bhikṣuṇī Thích Nữ Giới Hương composed, NXB Hồng Đức, 2023.

42. *The Medicine Buddha Sutra,* Bhikṣuṇī Thích Nữ Giới Hương composed, NXB Hồng Đức, 2023.

43. *The New Year Ceremony*, Bhikṣuṇī Thích Nữ Giới Hương composed, NXB Hồng Đức, 2023.

44. *The Great Parinirvana Day,* Bhikṣuṇī Thích Nữ Giới Hương composed, NXB Hồng Đức, 2023.

45. *The Buddha's Birthday Ceremony*, Bhikṣuṇī Thích Nữ Giới Hương composed, NXB Hồng Đức, 2023.

46. *The Ullambana Festival (Parents' Day),* Bhikṣuṇī Thích Nữ Giới Hương composed, NXB Hồng Đức, 2023.

47. *The Marriage Ceremony*, Bhikṣuṇī Thích Nữ Giới Hương composed, NXB Hồng Đức, 2023.

48. *The Blessing Ceremony for The Deceased*, Bhikṣuṇī Thích Nữ Giới Hương composed, NXB Hồng Đức, 2023.

49. *The Ceremony of Praising Ancestral Masters*, Bhikṣuṇī Thích Nữ Giới Hương composed. Hương Sen Publisher. 2023.

50. *The Enlightened Buddha Ceremony*, Bhikṣuṇī Thích Nữ Giới Hương composed, NXB Hồng Đức, 2023.

51. *The Uposatha Ceremony (Reciting Precepts*), Bhikṣuṇī Thích Nữ Giới Hương composed, NXB Hồng Đức, 2023.

52. *Giới Hương - Thơm Ngược Gió Ngàn,* Nguyên Hà, NXB Tôn Giáo. 2023.

53. *Pháp Ngữ Kinh Hoa Nghiêm* (2 tập). Thích Nữ Giới Hương, NXB Tôn Giáo, 2023.

54. *Tinh Hoa Kinh Hoa Nghiêm*. Thích Nữ Giới Hương, NXB Tôn Giáo, 2023.

55. *Buddhism: A Historical And Practical Vision,* Edited by Ven. Dr. Thich Hanh Chanh and Ven. Dr. Bhikṣuṇī TN Gioi Huong, Tôn Giáo Publishing, 2023.

56. *Phật Giáo – Tầm Nhìn Lịch Sử Và Thực Hành,* Hiệu đính: Thích Hạnh Chánh và Thích Nữ Giới Hương, NXB Tôn Giáo, 2023.
57. *Contribution of Buddhism For World Peace & Social Harmony*. Buddhist Studies Seminar in Kolkata, India. Edited by Ven. Dr. Buddha Priya Mahathero and Ven. Dr. Bhikṣuṇī TN Gioi Huong, Tôn Giáo Publishing, 2023.
58. *Global Spread of Buddhism with Special Reference to Sri Lanka*. Buddhist Studies Seminar in Kandy University. Edited by Dr. Ven. Kahawatte Siri Sumedha Thero and Dr. Bhikṣuṇī TN Gioi Huong, Tôn Giáo Publishing, 2023.
59. *Buddhism In Sri Lanka During The Period of 19th to 21st Centuries*. Buddhist Studies Seminar in Colombo. Edited by Prof. Ven. Medagama Nandawansa and Dr. Bhikṣuṇī TN Gioi Huong, Tôn Giáo Publishing, 2023.
60. *Nhật ký Hành Thiền Vipassana và Kinh Tứ Niệm Xứ* - Thích Nữ Giới Hương, NXB Tôn Giáo, 2024.
61. *Diary: Practicing Vipassana and the Four Foundations of Mindfulness Sutta*. Thích Nữ Giới Hương, Tôn Giáo Publishing, 2024.
62. *Dharamshala - Hành Hương Vùng Đất Thiêng, Ấn Độ, Dharamshala - Pilgrimage to the Sacred Land, India. Thích Nữ Giới Hương,* Tôn Giáo Publishing, 2024.
63. *Nghi cúng Thánh Tổ Kiều Đàm Di,* Thích Nữ Giới Hương biên soạn, NXB Tôn Giáo, 2024.
64. *Kỷ Yếu Lễ Tưởng Niệm Thánh Tổ Kiều Đàm Di tại Chùa Hương Sen năm 2024,* Thích Nữ Giới Hương biên soạn, NXB Tôn Giáo, 2024.
65. *Phật Giáo và Thánh Tích Sri Lanka*, Thích Nữ Giới Hương, NXB Tôn Giáo, 2024.
66. Đấu Tranh Bất Bạo Động Là Nền Tảng Xây Dựng Hòa

Bình Toàn Cầu (Bài thuyết trình cho Hội Nghị Thượng đỉnh về các Vấn đề Nhân đạo, An ninh Y tế và Hòa bình Toàn cầu ngày 26-31 tháng 8 năm 2024 tại Missouri, Hoa Kỳ), Thích Nữ Giới Hương, NXB Tôn Giáo, 2024.

67. *Nonviolent Struggle - The Foundation for Building Global Peace* (Presentation at the Humanitarian Affairs Health Security and Global Peace Summit August 26-31, 2024, Missouri, USA). Dr. Bhikṣuṇī TN Gioi Huong, Ton Giao Publishing, 2024.

68. *The Great Contribution to World Peace and Social Harmony of Emperor Ashoka and Emperor Trần Nhân Tông* - Sự Đóng Góp cho Hòa Bình Thế Giới và An Toàn Xã Hội của Hoàng Đế A-Dục và Vua Trần Nhân Tông, Dr. Bhikṣuṇī TN Gioi Huong, Ton Giao Publishing, 2025.

69. *COVID-19: Vai trò Phật Giáo trong Việc Chữa Lành*, Thích Nữ Giới Hương, NXB Hồng Đức, 2025.

70. *Đại Dịch Coronavirus trong Thế Kỷ XXI*, Thích Nữ Giới Hương, NXB Hồng Đức, 2025.

71. *A Buddhist Nun and American Inmates.* Bhikṣuṇī T.N. Giới Hương. Hong Duc Publishing, 2025.

72. *Đóng góp của Phật Giáo cho Hòa Bình Thế Giới và Hòa Hợp Xã Hội*, Hòa thượng Tiến sĩ Buddha Priya Mahathero & Ni sư Tiến sĩ TN Giới Hương, NXB Hồng Đức, 2025.

73. *Phật Giáo Toàn Cầu - Đặc Biệt Liên Kết Với Sri Lanka*, Hòa thượng Tiến sĩ K. Siri Sumedha Thero & Ni sư Tiến sĩ T.N.Giới Hương, NXB Tôn Giáo, 2025.

74. *Phật Giáo Sri Lanka từ Thế Kỷ 19-21*, Hòa thượng Giáo sư Medagama Nandawansa, Ni sư Tiến sĩ TN Giới Hương, NXB Tôn Giáo, 2025.

ĐĨA CA NHẠC PHẬT GIÁO CHÙA HƯƠNG SEN

1. *Đào Xuân Lộng Ý Kinh*, Thơ: Thích Nữ Giới Hương, Nhạc: Nam Hưng, Album 1, năm 2013.
2. *Niềm Tin Tam Bảo*, Thơ: Thích Nữ Giới Hương, Nhạc: Hoàng Y Vũ & Hoàng Quang Huế, Album 2, năm 2013.
3. *Trăng Tròn Nghìn Năm Đón Chờ Ai*, Thơ: Thích Nữ Giới Hương, Nhạc: Võ Tá Hân, Hoàng Y Vũ, Khánh Hải, Khánh Hoàng, Hoàng Kim Anh, Linh Phương và Nguyễn Tuấn, Album 3, năm 2013.
4. *Ánh Trăng Phật Pháp*, Thơ: Thích Nữ Giới Hương, Nhạc: Uy Thi Ca & Giác An, Album 4, năm 2013.
5. *Bình Minh Tỉnh Thức* (*Piano Variations for Meditation*), Thơ: Thích Nữ Giới Hương, Độc Tấu Dương Cầm và Hòa Tấu: Nữ Nhạc Sĩ Linh Phương, Album 5, năm 2013.
6. *Tiếng Hát Già Lam*, Thơ: Thích Nữ Giới Hương, Nhạc: Nam Hưng, Album 6, năm 2015.
7. *Cảnh Đẹp Chùa Xưa*, Nhạc: Hoàng Quang Huế, Hoàng Y Vũ, Võ Tá Hân & Khánh Hải, Album 7, năm 2015.
8. *Karaoke Hoa Ưu Đàm Đã Nở*, Thơ: Thích Nữ Giới Hương, Nhạc: Nam Hưng, Album 8, năm 2015.
9. *Hương Sen Ca*, Thơ: Thích Nữ Giới Hương, Nhạc: Nam Hưng, Album 9, năm 2018.
10. *Về Chùa Vui Tu*, Thơ: Thích Nữ Giới Hương, Nhạc: Nguyên Hà & Nam Hưng, Album 10, năm 2018.
11. *Gọi Nắng Xuân Về*, Thơ: Thích Nữ Giới Hương, Nhạc: Nam Hưng, Album 11, năm 2020.
12. *Đệ Tử Phật*. Thơ: Thích Nữ Giới Hương, Nhạc: Uy Thi Ca & Giác An, Album 12, năm 2023.

13. *Hoa Pháp Cú*. Thơ: Thích Nữ Giới Hương, Nhạc: Nam Hưng, Album 13, năm 2024.

14. *Vu Lan B*áo Hiếu. Thơ: Thích Nữ Giới Hương, Nhạc: Uy Thi Ca, Album 14, năm 2024.

Mời xem: http://www.huongsentemple.com/index.php/kinh-sach/tu-sach-bao-anh-lac

HỘI LUẬT GIA VIỆT NAM
NHÀ XUẤT BẢN HỒNG ĐỨC
65 Tràng Thi - Quận Hoàn Kiếm - Hà Nội
Email: nhaxuatbanhongduc65@gmail.com
Điện thoại: 024.39260024 Fax: 024.39260031

Đóng Góp Của Phật Giáo Cho Hòa Bình Thế Giới Và Hòa Hợp Xã Hội
Hòa thượng Tiến sĩ Buddha Priya Mahathero
và Ni sư Tiến sĩ T.N. Giới Hương kết tập

Chịu trách nhiệm xuất bản
Giám đốc **PHẠM THỊ MAI**

Chịu trách nhiệm nội dung
Tổng Biên tập **LÝ BÁ TOÀN**

Biên tập: **Phan Thị Ngọc Minh**
Trình bày: **Vũ Đình Trọng**
Sửa bản in: **Vũ Đình Trọng**

Đối tác liên kết xuất bản: PHẠM THỊ NGỌC DUNG
120/2 đường Phạm Văn Sáng, ấp 2, xã Xuân Thới Thượng,
huyện Hóc Môn, TP.HCM

Số lượng in: 1.000 bản, Khổ: 15cm x 22cm
Tại Công ty TNHH SXTM DV in ấn Trâm Anh,
159/57 Bạch Đằng, P. 2, quận Tân Bình, TP.HCM
Số XNĐKXB:803-2025/CXBIPH/23-33/HĐ ngày 19/3/2025
QĐXB: 573/QĐ-NXBHĐ, cấp ngày 20 tháng 3, 2025
In xong và nộp lưu chiểu năm 2025
ISBN: 978-604-613-498-5

www.ingramcontent.com/pod-product-compliance
Lightning Source LLC
LaVergne TN
LVHW050847051026
849532LV00006BA/2147
9786046134985